എം.മോഹനൻ

1967 മെയ് 25ന് ജനിച്ചു. അമ്മ: ജാനകി, അച്ഛൻ: ചാത്തുക്കുട്ടി.

പാട്യം വെസ്റ്റ് യു.പി സ്കൂൾ, പാട്യം ഗവൺമെന്റ് ഹൈസ്കൂൾ, നിർമ്മലഗിരി കോളേജ്, ബ്രണ്ണൻകോളേജ് എന്നിവിടങ്ങളിൽ വിദ്യാഭ്യാസം.

'എന്നും നന്മകൾ' എന്ന സിനിമയിൽ സത്യൻഅന്തിക്കാടിന്റെ സഹസംവിധായകനായി ചലച്ചിത്രരംഗത്ത് പ്രവേശിച്ചു. ആദ്യസിനിമ 'കഥ പറയുമ്പോൾ'. നയൻ വൺ സിക്സ്, മൈ ഗോഡ്, അരവിന്ദന്റെ അതിഥികൾ, ഇപ്പോൾ ചിത്രീകരണം തുടങ്ങിയ ജയേഷിന്റെ ഒരു ജാതി ജാതകം തുടങ്ങിയവ മറ്റ് സിനിമകൾ.

1987ലെ ജനപ്രിയചിത്രത്തിനുള്ള സംസ്ഥാന ചലച്ചിത്ര അവാർഡ്, ഏഷ്യാനെറ്റ്, ഫിലിംഫെയർ തുടങ്ങി നിരവധി അംഗീകാരങ്ങൾ കഥ പറയുമ്പോൾ കരസ്ഥമാക്കി. 'മാണിക്യകല്ലിന്' മികച്ച കഥയ്ക്കുള്ള സംസ്ഥാന ചലച്ചിത്ര അവാർഡ്, തിരക്കഥയ്ക്കുള്ള ഗിരീഷ് പുത്തഞ്ചേരി അവാർഡ് എന്നിവ ലഭിച്ചു.

ഭാര്യ: ഷീന, മകൾ: ഭവ്യതാര

വിലാസം : 'പ്രണവം', പാട്യം, കൊട്ടയാടി, കണ്ണൂർ– 670691

Malayalam Language
Maanikkyakkallu
(Screenplay)
by
M Mohanan

♦

Published in August 2023
by Kairali Books Private Limited
Thalikkavu Road, Kannur.
Ph : 0497-2761200
Email : kairalibooksknr@gmail.com

♦

Cover Design
Prasanth Mangad

♦

39/22-23/Sl.No.1465/150/NS 18.6
ISBN 978-93-93397-98-0

മാണിക്യക്കല്ല്

എം. മോഹനൻ

കൈരളി ബുക്സ്

'തിരക്കിനിടയിൽ എന്റെ കുഞ്ഞുങ്ങൾ വളരുന്നത് കാണാനൊത്തില്ല. അവരുടെ ശൈശവവും ബാല്യവും കണ്ട് സന്തോഷിക്കാനായില്ല' ഒരച്ഛന്റെ കണ്ണീരു കലർന്ന വാക്കുകളാണിത്. ഈ കുരുന്നുകളുടെ കുസൃതികൾ ഇപ്പോളാസ്വദിക്കുന്നത് പ്ലേ സ്കൂളുകളിലെയും അങ്കണ വാടികളിലെയും 'മിസ്സു'മാരാണ്.

മൂന്നുവയസ്സുമുതൽ കുട്ടികളുടെ ലോകം സ്കൂളാണ്. അച്ഛനമ്മമാരെക്കാൾ അവരുടെ മനസ്സ് വായിച്ചറിയുന്നത് അധ്യാപകരാണ്. സ്കൂൾ അവർക്ക് കളിയച്ഛനും വളർത്ത മ്മയുമാണ്. അവിടെ അവരെ സ്നേഹിക്കാൻ ഒരാളെങ്കി ലുമുണ്ടാകും. ഈ സിനിമ അധ്യാപകരെ കുറിച്ചല്ല. അധ്യാ പനം എന്ന തൊഴിലിന്റെ മഹത്വം വിളംബരപ്പെടുത്തുന്ന താണ്. എൽ.പി.സ്കൂൾ മുതൽ കോളേജ് വരെയുള്ള എന്റെ ജീവിതയാത്രയിൽ കണ്ടതും അറിഞ്ഞതുമായ ഒരു പാട് ഒരുപാട് കാര്യങ്ങൾ ഇതിലുണ്ട്.

ഈ സിനിമയുടെ ആലോചനയിലേക്ക് എന്നെ കൊണ്ടു പോയ തലശ്ശേരി ബ്രണ്ണൻഹൈസ്കൂളിലെ സുനിൽ പാട്യം, അവിടുത്തെ പഴയ കഥകൾ പറഞ്ഞുതന്ന ബാല കൃഷ്ണൻ മാസ്റ്റർ, കായണ്ണ ഗവൺമെന്റ് ഹൈസ്കൂളിലെ പ്രേമൻമാസ്റ്റർ.................................... നന്ദി നന്ദി.

എം.മോഹനൻ

ആത്മവിശ്വാസം പകർന്നുതന്ന്
ഗുരുവിനെപ്പോലെ വഴികാട്ടിയ ശ്രീനിയേട്ടനും
സ്നേഹിച്ചും ശാസിച്ചും താങ്ങായും തണലായും
കൂടെ നടന്ന ചേച്ചി വിമലയ്ക്കും...

മാണിക്യക്കല്ലിന്റെ തിളക്കമുള്ള ഒരു പുസ്തകം

എം. മുകുന്ദൻ

എം. മോഹനന്റെ വളരെയധികം പ്രേക്ഷകശ്രദ്ധയാകർഷിച്ച ഒരു സിനിമയാണ് മാണിക്യക്കല്ല്. സിനിമ പുറത്തിറങ്ങി പന്ത്രണ്ട് വർഷ ങ്ങൾക്കുശേഷം അതിന്റെ തിരക്കഥ പുസ്തകരൂപത്തിൽ പുറത്തിറങ്ങു കയാണ്. വളരെ താത്പര്യത്തോടെയാണ് ഞാനത് വായിച്ചത്. വായി ച്ചുതീർന്നപ്പോൾ ആഹ്ലാദം തോന്നി. സിനിമപോലെ തന്നെ തിരക്കഥയും മനോഹരം.

നമ്മുടെ ഭാഷയിൽ ഇപ്പോൾ തിരക്കഥകൾ കഥയും നോവലും പോലെ ഒരു സാഹിത്യശാഖയായി വളർന്നിട്ടുണ്ട്. സിനിമയുടെ ഷൂട്ടിംഗ് കഴിഞ്ഞാൽ ഉപേക്ഷിക്കപ്പെടുന്ന ഒന്നല്ല ഇന്ന് തിരക്കഥകൾ. തിയേറ്റ റിലെ സ്ക്രീനുകൾക്കപ്പുറം സ്ക്രീൻപ്ലേകൾക്ക് ഒരു ജീവിതം കൈവ ന്നിരിക്കുന്നു. സ്ക്രീൻപ്ലേകൾ പ്രസിദ്ധീകരിക്കപ്പെടുന്നു. ലൈബ്രറിക ളിൽ ഇടംപിടിക്കുന്നു. വായിക്കാൻ ധാരാളം ആളുകളുമുണ്ട്. എം.ടി. വാസുദേവൻ നായരുടെ സിനിമാരചനകളാണ് തിരക്കഥകളെ ഈയൊരു സ്ഥാനത്തേയ്ക്ക് ഉയർത്തിയത്. ഇപ്പോൾ മിക്കവാറും എല്ലാ നല്ല സിനി മകളുടെയും തിരക്കഥകൾ പുസ്തകങ്ങളായി വരുന്നുണ്ട്.

ഒറ്റയിരിപ്പിലാണ് ഞാൻ മാണിക്യക്കല്ലിന്റെ തിരക്കഥ വായിച്ചത്. അപ്പോൾ സിനിമയിലെ രംഗങ്ങൾ ഒരിക്കൽ കൂടി കണ്ണിനു മുമ്പിൽ തെളി ഞ്ഞുവന്നു. ഒരു തിരക്കഥ വായിക്കുമ്പോൾ ഒരിക്കൽ കൂടി നമ്മൾ ആ സിനിമ കാണുകയാണ് ചെയ്യുന്നത്. ചലച്ചിത്രകലാ വിദ്യാർത്ഥികൾക്ക് ഒരു സ്ക്രീൻപ്ലേ എങ്ങനെ സിനിമയാകുന്നുവെന്ന് പഠിക്കുവാനുള്ള അവ സരവും അത് നൽകുന്നു.

ജീവിതത്തിന്റെ ഏറ്റവും സത്യസന്ധമായ പകർപ്പുകളാണ് നല്ല സിനിമകൾ. സാമൂഹിക നന്മയും കലാലാവണ്യവും ഒത്തുചേരുമ്പോ ഴാണ് മികച്ച സിനിമകൾ ഉണ്ടാകുന്നത്. അത്തരം ഒരു സിനിമയാണ് മാണിക്യക്കല്ല്. ഒരു സിനിമയുടെ ആത്മാവ് അതിന്റെ തിരക്കഥയാണ്. മാണിക്യക്കല്ലിന്റെ ആത്മാവായ തിരക്കഥയാണ് ഇപ്പോൾ പുസ്തകരൂ പത്തിൽ നമ്മുടെ മുമ്പിലുള്ളത്.

ധാരാളം പേർ കണ്ട ഒരു സിനിമയാണിത്. ചലച്ചിത്രവിമർശകരും പ്രേക്ഷകരും ഒരുപോലെ ആസ്വദിച്ചുകണ്ട ഒരു ചിത്രം. മാണിക്യക്ക

ല്ലിന്റെ തിരക്കഥ വായിക്കുമ്പോൾ ഈ സിനിമയുടെ ആത്മാവിലേയ്ക്ക് ഞാൻ വീണ്ടുമൊരു യാത്ര ചെയ്യുകയാണെന്ന് തോന്നി.

മാണിക്യക്കല്ലിന്റെ കഥ വളരെ കാലികപ്രാധാന്യമുള്ളതാണ്. വണ്ണാൻമല ഗവൺമെന്റ് ഹൈസ്കൂളാണ് ഇതിലെ പ്രധാന കഥാപാത്രം. ആ സ്കൂളിലെ അധ്യാപകരുടെയും വിദ്യാർത്ഥികളുടെയും സംഘർഷഭരിതമായ കഥയാണ് നമ്മുടെ കൺമുമ്പിൽ തെളിഞ്ഞുവരുന്നത്. വണ്ണാൻമലയിലെ ചായക്കടക്കാരനെപ്പോലുള്ള സാധാരണക്കാരും ഇതിൽ പങ്കാളികളാണ്. പത്താംക്ലാസ് പരീക്ഷയെഴുതിയ മുഴുവൻ കുട്ടികളും തോറ്റ് നാടിനും നാട്ടുകാർക്കും നാണക്കേട് വരുത്തിയ ഒരു സ്കൂളാണിത്. സ്കൂളിലെ പ്രധാന അധ്യാപകന് ജൈവവളം വിൽക്കുന്ന സൈഡ് ബിസിനസ് കൂടിയുണ്ട്. അയാൾ ഒരു ക്ലാസുമുറി വളംഡിപ്പോ വാക്കി മാറ്റുന്നു. അധ്യാപകർക്ക് കൃത്യമായി ശമ്പളം കിട്ടുന്നുണ്ടല്ലോ. അവർക്കതുമതി. കുട്ടികൾ തോൽക്കുന്നതിലോ അവരുടെ ഭാവി ജീവിതം തകരുന്നതിലോ അവർക്കൊരു ആശങ്കയുമില്ല. ഈ പശ്ചാത്തലത്തിലാണ് വിനയചന്ദ്രൻ എന്ന അധ്യാപകൻ പുതുതായി സ്കൂളിൽ വരുന്നത്.

സ്വന്തം കൈയിലെ പൈസ ചിലവഴിച്ച് അയാൾ സ്കൂൾ വൃത്തിയാക്കുന്നു. ടീച്ചേഴ്സ് റൂം പരിഷ്കരിക്കുന്നു. അതൊരു തുടക്കം മാത്രമാണ്. അവസാന കൊല്ലപ്പരീക്ഷയിൽ എല്ലാ കുട്ടികളും എ പ്ലസ് നേടി വിജയിക്കണം. അതാണ് വിനയചന്ദ്രൻ മാസ്റ്ററുടെ ലക്ഷ്യം. ക്ലാസിൽ വരാതെ ചാരായക്കടത്ത് നടത്തുകയും വെറുതെ അലഞ്ഞുനടക്കുകയും ചെയ്യുന്ന കുട്ടികളെ മാസ്റ്റർ നേരെയാക്കിയെടുക്കുന്നു. ക്ലാസിൽ തെമ്മാടിത്തം കാണിക്കുന്ന കുട്ടികളുടെ സ്വഭാവവും നേരെയാക്കിയെടുക്കുന്നു. ഒരുപാട് എതിർപ്പുകളും തടസ്സങ്ങളും മാസ്റ്റർക്ക് നേരിടേണ്ടി വരുന്നുണ്ട്. വാറ്റുചാരായ മുതലാളി കരിങ്കുഴി കണാരൻ, മാസ്റ്ററുടെ ജീവൻ തന്നെ അപകടത്തിലാക്കുന്നു. എല്ലാം സഹിച്ചും ക്ഷമിച്ചും മാസ്റ്റർ തന്റെ ലക്ഷ്യത്തിലേയ്ക്ക് നടന്നടുക്കുന്നു.

അതിനിടയിൽ വിനയചന്ദ്രൻ മാസ്റ്ററും ചാന്ദ്നി ടീച്ചറും തമ്മിലുള്ള തരളപ്രണയത്തിനും നമ്മൾ സാക്ഷ്യം വഹിക്കുന്നു. പണ്ടൊരിക്കൽ അവർ കളിക്കൂട്ടുകാരായിരുന്നു. എനിക്കോർമ്മയുണ്ട്, ഒരു വ്യാഴവട്ടക്കാലം മുമ്പ് തിയേറ്ററിലിരുന്നു മാണിക്യക്കല്ല് കണ്ടത്. സമയം പോയ തറിഞ്ഞിരുന്നില്ല. സിനിമയുടെ കൂടെ അറിയാതെ ഞാനൊഴുകുകയായിരുന്നു. ഈ തിരക്കഥ വായിച്ചപ്പോൾ അതേ അനുഭവമാണ് എനിക്കുണ്ടായത്.

വളരെ കലുഷമാണ് നമ്മുടെ വിദ്യാഭ്യാസരംഗം. കള്ളസർട്ടിഫിക്കറ്റുകളുടെയും കള്ളരേഖകളുടെയും കാലമാണിത്. അഴിമതിയും അധി

കാരമോഹങ്ങളും രാഷ്ട്രീയ ദുഷ്പ്രവണതകളും നമ്മുടെ വിദ്യാഭ്യാസ മേഖലയെ ദുഷിപ്പിച്ചിരിക്കുന്നു. കലാലയങ്ങളിലെ അധ്യാപകർ നാടിന്റെ തന്നെ അധ്യാപകരായിരുന്ന ഒരു കാലമുണ്ടായിരുന്നു. അവർക്ക് നാടു മുഴുവൻ സ്നേഹവും ആദരവും ലഭിച്ചിരുന്നു. എല്ലാം നമുക്ക് നഷ്ടമാ യിരിക്കുന്നു. ഈ പശ്ചാത്തലത്തിൽ എല്ലാവരും വായിക്കേണ്ട ഒരു പുസ്തകമാണ് മാണിക്യക്കല്ലിന്റെ ഈ തിരക്കഥ. നമ്മുടെ അധ്യാപ കർ പ്രത്യേകിച്ച് വായിക്കേണ്ട ഒരു പുസ്തകം. അത് നമ്മെ ശുദ്ധീകരി ക്കുന്നു.

ഈ പുസ്തകം വളരെ വൈകിയാണെങ്കിലും പ്രസിദ്ധീകരിക്കാൻ തീരുമാനിച്ച ഗ്രന്ഥകാരൻ എം. മോഹനനും പ്രസാധകർ കൈരളി ബുക്സിനും അഭിനന്ദനങ്ങൾ.

ഏത് വിദ്യാർത്ഥിയും ആഗ്രഹിക്കുന്ന വിനയചന്ദ്രൻമാഷ്

ജോസഫ് അന്നംകുട്ടി ജോസ്

ഈ പുസ്തകത്തിന് ആമുഖം എഴുതുമ്പോൾ എന്റെ വിരലുകൾ പതിവിൽ കൂടുതൽ സന്തോഷത്തിലാണ്. അതിനൊരു കാരണവുമുണ്ട്. 2011ൽ എംബി.എ. പഠിക്കുമ്പോൾ ഞാൻ ആദ്യ സെമസ്റ്ററിൽ കണക്ക് പരീക്ഷയിൽ തോറ്റിരുന്നു. ഇന്റേണൽ എക്സാം പോലും പാസാകാൻ കഴിയാതിരുന്ന എന്നെ യൂണിവേഴ്സിറ്റി പരീക്ഷയ്ക്ക് ഇരുത്തിയില്ല. പരീക്ഷ എഴുതുന്നതിന് മുമ്പേ തോറ്റ വിദ്യാർത്ഥിയായി ഞാൻ മാറി. എല്ലാവരും രണ്ടാം സെമസ്റ്ററിന്റെ ആകുലതകളിലേക്ക് വലതുകാൽ വെച്ച് കയറിയപ്പോൾ ഞാൻ രണ്ടു വഞ്ചിയിൽ കാലെടുത്ത് വച്ചവനെ പ്പോലെയായി. എന്റെ അപ്പച്ചനും അമ്മയും റിട്ടയേർഡ് അധ്യാപകരാ ണ്. അതുകൊണ്ട് തന്നെ എന്റെ തോൽവി അവർക്ക് പുറത്ത് പറയാൻ ആകാത്തവിധം നാണക്കേട് നൽകുന്ന ഒരു കാര്യമായിരുന്നു. ധൈര്യം നൽകി കൂടെനിന്നത് കുറച്ചുപേരായിരുന്നു.

'നിനക്ക് കോളേജ് മാറണോ? വിദ്യാർത്ഥികളെ ഫേസ് ചെയ്യാൻ ബുദ്ധിമുട്ടുണ്ടോ?' എന്നു ചോദിച്ചത് അപ്പച്ചനാണ്.

'എനിക്ക് കണക്ക് ഇഷ്ടമുള്ള വിഷയമാണ്. ഞാൻ വേണമെങ്കിൽ നിന്നെ പഠിപ്പിക്കാം.' കൂട്ടുകാരി മേരി ഇങ്ങോട്ടു വന്നുപറഞ്ഞു.

'ജോസഫേ, ജീവിതത്തിൽ വിജയിക്കുമ്പോൾ പറയാൻ ഒരു കഥ വേണ്ടേ? സാരമില്ലടാ' ഇത് പറഞ്ഞത് പ്രിയപ്പെട്ട അധ്യാപികയാണ്.

ഇത് മൂന്നും കൂടാതെ ഒരു സിനിമയും എനിക്ക് തെല്ലൊരു ആശ്വാസം നൽകിയിരുന്നു, അത് മാണിക്യക്കല്ലാണ്. എറണാകുളം സരിത തിയറ്റ റിൽ അന്ന് ഈ പടം കണ്ടപ്പോൾ 'ഒരു വിനയചന്ദ്രൻ മാഷ് എനിക്കും ഉണ്ടായിരുന്നെങ്കിൽ' എന്ന് ഞാൻ കൊതിച്ചിരുന്നു. ഇന്ന് ഏകദേശം പന്ത്രണ്ട് വർഷങ്ങൾക്കുശേഷം 'മാണിക്യക്കല്ല്' എന്ന സിനിമ പുസ്ത കരൂപത്തിലാകുമ്പോൾ അതിന് ആമുഖം എഴുതാൻ ആ സിനിമയുടെ സംവിധായകൻ എന്നോട് ആവശ്യപ്പെടുമ്പോൾ എനിക്കോർമ്മ വരുന്നത് പ്രിയപ്പെട്ട ടീച്ചറുടെ വാക്കുകളാണ്.

'ജോസഫേ, ജീവിതത്തിൽ വിജയിക്കുമ്പോൾ പറയാൻ ഒരു കഥ വേണ്ടേ?' അന്ന് ടീച്ചർ ഞാൻ പറയണമെന്ന് ആഗ്രഹിച്ച കഥയാണ്

ഈ ആമുഖക്കുറിപ്പ്.

സിനിമയിലെ വിനയചന്ദ്രൻ മാഷ് ചെയ്ത കാര്യം 'Rebuilding' എന്ന താണ്. അദ്ദേഹം അത് ആരംഭിച്ചത് പൊളിഞ്ഞു തുടങ്ങിയ വിദ്യാലയം പുതുക്കി പണിതുകൊണ്ടാണ്. സാവധാനം ആ നല്ല അധ്യാപകൻ അവി ടെയുള്ള എല്ലാ വിദ്യാർത്ഥികളെയും പുതുക്കി പണിതു. തന്നെ കളി യാക്കി ബോർഡിൽ ചിത്രം വരച്ച വിദ്യാർത്ഥിയോട് കൈ നീട്ടാൻ ആവ ശ്യപ്പെടുന്നു. ചൂരവിന്റെ വേദനച്ചൂടിനെ ഭയന്ന് കണ്ണുകളടച്ച് കൈനീ ട്ടിയ വിദ്യാർത്ഥിയുടെ കയ്യിൽ കളർ പെൻസിലുകളുടെ തണുപ്പാണ് ആ അധ്യാപകൻ നൽകിയത്. എന്റെ ഒരു സുഹൃത്ത് എഴുതിയ വരി കൾ മനസ്സിലേക്ക് വരുന്നു 'ലൈബ്രറി പുതുക്കി പണിയുന്നതിനോ ടൊപ്പം ഞങ്ങളുടെ പ്ലേഗ്രൗണ്ട് കൂടി ഒന്ന് നന്നാക്കണേ സാറേ, ക്ലാസിൽ അബ്ദുൾകലാം മാത്രമല്ല വിരാട് കോലിയും പഠിക്കുന്നുണ്ട്.'

മോഹനൻ സാറിന്റെ 'മാണിക്യക്കല്ല്' ഇംഗ്ലീഷ് ഭാഷയിൽ പറഞ്ഞാൽ 'A gem of a movie' എന്ന് വിശേഷിപ്പിക്കാവുന്ന ചിത്രമാണ്. ഇത് വിദ്യാർത്ഥികളേക്കാൾ കൂടുതൽ സ്വാധീനിക്കുക അധ്യാപകരെയായി രിക്കും. അദ്ധ്യാപകരും വിദ്യാർത്ഥികളും തമ്മിലുള്ള ബന്ധം എങ്ങനെ യായിരിക്കണം എന്നത് ഈ സിനിമ കൃത്യമായി സംസാരിക്കുന്നുണ്ട്. അതുപോലെതന്നെ അധ്യാപകർ എങ്ങനെയാകാൻ പാടില്ലായെന്നതും രസകരമായിത്തന്നെ സിനിമയിൽ അവതരിപ്പിക്കുന്നുണ്ട്.

അപ്പച്ചൻ മാതാപിതാക്കൾക്കും വിദ്യാർത്ഥികൾക്കും അധ്യാപകർക്കു മൊക്കെ ക്ലാസുകൾ എടുത്തിരുന്ന ഒരാളായിരുന്നു. മിക്കപ്പോഴും അപ്പ ച്ചന്റെ ഡ്രൈവറായി ഞാനും പോകുമായിരുന്നു. ഒരിക്കൽ അപ്പൻ അധ്യാ പകർക്കെടുത്ത ക്ലാസിൽ ഞാനും ഒരു കൗതുകത്തിന് ഏറ്റവും പിറകി ലായി ഇരുന്നു. അന്ന് ക്ലാസിൽ പറഞ്ഞ ഒരു കാര്യം ഇവിടെ സൂചിപ്പി ച്ചുകൊണ്ട് ഈ ആമുഖമെഴുത്ത് അവസാനിപ്പിക്കാം എന്നു കരുതുക യാണ്.

'പ്രിയപ്പെട്ട അധ്യാപകരെ, നിങ്ങൾ ഒരു വിദ്യാലയത്തിൽ പഠിപ്പിച്ചാൽ മറ്റുള്ളവർ നിങ്ങളെ 'അധ്യാപകൻ' എന്നു വിളിക്കും. പക്ഷേ, 'നല്ല അധ്യാപകൻ' എന്നു വിളിക്കണമെങ്കിൽ വിദ്യാർത്ഥികൾക്കും അധ്യാ പകർക്കുമിടയിലുള്ള മതിലുകൾ പൊളിഞ്ഞ് അത് പാലങ്ങളായി മാറണം. നിങ്ങൾ അധ്യാപകനായാലും വിദ്യാർത്ഥിയായാലും ഡോക്ട റായാലും, പള്ളീലച്ചനായാലും പോലീസായാലും അതിനെല്ലാം മുൻപ് 'നല്ല' എന്നു പറയിപ്പിക്കാൻ ഉതകുംവിധം ജീവിക്കണം.

വിനയചന്ദ്രൻ മാഷ് പൊളിച്ചുകളഞ്ഞത് തെറ്റിദ്ധാരണകളുടെ മതി ലുകളാണ്. അദ്ദേഹം പണിതതോ പരസ്പരം കുറുകെ കടക്കാവുന്ന സൗഹൃദമെന്ന പാലവും.

അധ്യാപകർക്കും വിദ്യാർത്ഥികൾക്കുമിടയിലുള്ള അകലം കുറ
യ്ക്കാൻ ഈ പുസ്തകത്തിന് സാധിക്കട്ടെ.

എവിടെയോ വായിച്ചതാണ്, 'ഒന്നുകിൽ വായിക്കാൻ കൊള്ളാവുന്ന
രീതിയിൽ എന്തെങ്കിലും എഴുതുക. അല്ലെങ്കിൽ എഴുതാൻ പ്രേരിപ്പി
ക്കുംവിധം ജീവിക്കുക.'

'മാണിക്യക്കല്ല്' എന്ന ഈ പുസ്തകം ഇത് രണ്ടും ചെയ്യുന്നുണ്ട്.
വിനയചന്ദ്രൻ മാഷിന്റെ ജീവിതം വായിക്കാൻ പ്രേരിപ്പിക്കുന്നതാണ്,
അതുപോലെതന്നെ വിനയചന്ദ്രൻ മാഷിനെപ്പോലെ ആകാൻ പ്രചോദി
പ്പിക്കുന്നതുമാണ്.

ആമുഖമെഴുതാൻ മാത്രം വലിപ്പമില്ലെന്നറിഞ്ഞിട്ടും ഇതെഴുതാനുള്ള
നിയോഗം എന്നിൽ ഏല്പിക്കപ്പെട്ടത് 'ജീവിതം' എന്ന ഏറ്റവും നല്ല
അധ്യാപകൻ എന്റെ വലതുകയ്യിലേക്ക് വച്ചുതന്ന സമ്മാനമായി ഞാൻ
കരുതുന്നു.

മാണിക്യക്കല്ല്

ബാനർ	:	ഗൗരി മീനാക്ഷി മൂവീസ്
നിർമ്മാണം	:	എ.എസ്.ഗിരീഷ് ലാൽ
ഗാനരചന	:	അനിൽ പനച്ചൂരാൻ, രമേശ് കാവിൽ
സംഗീതം	:	ജയചന്ദ്രൻ
ആലാപനം	:	ശ്രേയാ ഘോഷാൽ, മധുബാലകൃഷ്ണൻ, പ്രേമാനന്ദ്, ഷെർദിൻ, രവിശങ്കർ
ഛായാഗ്രഹണം	:	പി.സുകുമാർ
ചിത്രസംയോജനം	:	രഞ്ജൻ എബ്രഹാം
കലാസംവിധാനം	:	സന്തോഷ് രാജൻ
ചമയം	:	പ്രദീപ് രങ്കൻ
വേഷവിധാനം	:	സുരേഷ് ഫിറ്റ്‌വെൽ
നൃത്തം	:	ദിനേഷ്, സുജാത
നിശ്ചലഛായാഗ്രഹണം	:	മോഹൻ സുരഭി
പരസ്യകല	:	ജിസൻ പോൾ
വിതരണം	:	ഐ.ടി.എൽ എന്റർടൈൻമെന്റ്സ്
അസോസിയേറ്റ് ഡയരക്ടർ	:	വാവ കൊട്ടാരക്കര

കഥ, തിരക്കഥ, സംഭാഷണം, സംവിധാനം

എം. മോഹനൻ

അഭിനേതാക്കളും കഥാപാത്രങ്ങളും

വിനയചന്ദ്രൻ	:	പൃഥ്വിരാജ്
ചാന്ദ്നി	:	സംവൃത സുനിൽ
കുറുപ്പുമാഷ്	:	നെടുമുടി വേണു
തമ്പുരാൻ	:	സലിംകുമാർ
വിലാസിനി	:	കെ.പി.എ.സി ലളിത
കരികൽക്കുഴി കരുണാകരൻ	:	ജഗതി ശ്രീകുമാർ
വി.ഡി.സി	:	ജഗദീഷ്
ശ്രീധരൻകുട്ടിക്കാട്ട് (എ)പി.ടി.കെ)	:	അനിൽമുരളി

അസീസ് മാഷ്‌	:	അനൂപ് ചന്ദ്രൻ
സുന്ദരിടീച്ചർ	:	മുത്തുമണി
രാഗിണി	:	ബിന്ദുപണിക്കർ
സുധാകരൻ	:	ഇന്ദ്രൻസ്
ഡി.ഇ.ഒ	:	സായ് കുമാർ
ഇൻസ്‌പെക്ടർ	:	സുരേഷ് കൃഷ്ണ
മന്ത്രി	:	പി.ശ്രീകുമാർ
കുഞ്ഞച്ചൻ	:	ജോബി
പവനൻ	:	കോട്ടയം നസീർ
മനു	:	നവനീത്
ബഷീർ	:	ബാലു
കോമ്പസ്	:	ജാനറ്റ്
ദിവ്യ	:	ഐശ്വര്യ
മുബീന	:	ശാലിൻ
ഗോപാലൻ	:	മണികണ്ഠൻ

 **സീൻ 1**

എസ്.എസ്.എൽ.സി പരീക്ഷയിൽ റാങ്ക് നേടിയ കുട്ടികളെക്കുറിച്ചുള്ള പത്രവാർത്തകളും ഫോട്ടോകളും. അതിന്റെ വിവിധ പത്രകട്ടിംഗുകൾ. ഒപ്പം, പരീക്ഷ എഴുതിയ എല്ലാ കുട്ടികളും തോറ്റ വണ്ണാൻമല ഗവൺമെന്റ് മോഡൽ ഹൈസ്കൂളിനെക്കുറിച്ചുള്ള പത്രവാർത്തകൾ. 'പൂജ്യം നേടിയ കേരളത്തിലെ ഒരേയൊരു സ്കൂൾ', 'സ്കൂളിനു നേരെ അക്രമം' തുടങ്ങിയ തലക്കെട്ടുകൾ... 'പ്രധാന അധ്യാപകൻ കുഴഞ്ഞു വീണു മരിച്ചു' എന്ന വാർത്തയിൽ തീരുന്ന ദൃശ്യം.

 **സീൻ 1 (എ)**

മഴ.

പട്ടണത്തിലെ ഇംഗ്ലീഷ്മീഡിയം സ്കൂളിനു മുന്നിൽ വന്നുനിൽക്കുന്ന ബസ്സ്. തിങ്ങിനിറഞ്ഞ ബസ്സിൽനിന്ന് കുട്ടികൾ ഇറങ്ങുന്നു. വളവു തിരിഞ്ഞ് മുന്നോട്ട് നീങ്ങുന്ന ബസ്സ്. 'സ്വാഗതം -വണ്ണാൻമല' എന്നെഴു തിയ പഴയ പഞ്ചായത്ത് ബോർഡിനുമുന്നിലൂടെ കടന്നുപോകുന്ന ബസ്സ്.

എം.മോഹനൻ

 **സീൻ 2**

വണ്ണാൻമല ഗവ:മോഡൽ ഹൈസ്കൂളിന്റെ നിറംമങ്ങിയ ബോർഡി
ൽനിന്നും സ്റ്റോപ്പിൽ വന്നു നിൽക്കുന്ന ബസ്സിലേക്ക്.

അസീസ് മാഷ് മാത്രം ഇറങ്ങുന്നു.

കൈയിൽ ടിഫിൻ കാരിയർ. കോട്ടുവായിട്ട് നടക്കാൻ തുടങ്ങുന്ന
മാഷിനെ ചായക്കടയിൽനിന്നും വിളിക്കുന്ന സുധാകരൻ.

സുധാകരൻ   : വാ മാഷേ...ചായ കുടിച്ചിട്ട് പോകാം.

മാഷ് 'വേണ്ട' എന്ന് ആംഗ്യം കാട്ടി മുന്നോട്ട് നടക്കുന്നു.

സുധാകരൻ   : എന്നാലിത്തിരി ഒറങ്ങീട്ട് പോവാം. അവിടാരും എത്തീ
                 ട്ടില്ല.

അതിഷ്ടപ്പെടാതെ സുധാകരനെ നോക്കി എന്തോ പിറുപിറുത്തു
കൊണ്ട് നടക്കുന്ന മാഷ്.

അടുത്തുള്ള പെട്ടിക്കടയിൽ ബീഡി തെറുത്തുകൊണ്ട്,

വേണു   : ഇനി സ്കൂളടയ്ക്കുന്നതുവരെ ഒറങ്ങലും തിന്നലും
                 തന്ന്യല്ലേ പണി.

ദേഷ്യം വന്നിട്ടും പ്രതികരിക്കാതെ നടക്കുന്ന മാഷ്

-Cut to-

ചായക്കട

കുഞ്ഞച്ചൻ   : അടുത്ത ജന്മത്തിലെങ്കിലും ഈ സ്കൂളിലെ ഒരു
                 മാഷായി ജനിക്കണേ ഭഗവാനേ.

സുധാകരൻ   : നീയെരാഗോള മണ്ടൻതന്നെ. എടോ അപ്പോഴേക്കും
                 ഇതിവിടെ ഉണ്ടായിട്ടുവേണ്ടേ.

സംശയത്തോടെ,

കുഞ്ഞച്ചൻ   : ഉണ്ടാവില്ലേ...?

കൈകൊണ്ട് കുഞ്ഞച്ചൻ ആംഗ്യം കാട്ടി.

സുധാകരൻ   : നീയീ വണ്ണാൻമലേലൊന്നല്ലേ കുഞ്ഞച്ചാ. ഈ
                 സ്കൂളിന്റെ ഗ്യാസ് തീരാറായില്ലേ.

നാട്ടുകാരൻ

ഗണേശൻ   : നമ്മുടെ മന്ത്രിവരെ പഠിച്ചുപോയ സ്കൂളാ. കഷ്ടം.

സുധാകരൻ   : കഷ്ടോം കുഷ്ടോം ഒന്നുമല്ല. ശനിദശ്യാ ഗണേശാ.

തമാശയായി,

കുഞ്ഞച്ചൻ : പിന്നേ !

സുധാകരൻ : അതേടോ... മൃഗങ്ങളേം പക്ഷികളേം മരങ്ങളേം സ്ഥാപനങ്ങളേം ഒക്കെ ഇതു ബാധിക്കും. നിനക്കറി യാലോ ഈ സ്കൂളിലെ പിള്ളേർടേം മാഷന്മാർടേം കച്ചോടംകൊണ്ടു മാത്രാ ഞങ്ങള് ഏഴെട്ടെണ്ണം വളർന്ന് വലുതായത്. ഭാഗം വെക്കുമ്പോ വല്യേട്ടൻ ഇതിലൊരു നോട്ടം വെച്ചതാ. ഞാൻ വിട്ടുകൊടു ത്തില്ല. എന്നിട്ടെന്തായി, സ്കൂളിന് ശനിദശ തൊട ങ്ങ്യപ്പോ അതെന്നേം ബാധിച്ചു. ഇപ്പം റോഡിലൂടെ പോണോരെ മുഴുവൻ വിളിച്ച് 'ചായവേണോ ചായ' എന്നു ചോദിക്കേണ്ട ഗതികേടിലാ ഞാൻ.

സൈക്കിളിൽ എത്തുന്ന വിക്ടറി കോളേജിന്റെ പ്രിൻസിപ്പൽ

പ്രിൻസിപ്പൽ : ഏതായാലും എന്റെ ഗതികേടൊന്നും സുധാകരനി ല്ലല്ലോ. വിക്ടറി കോളേജിന്റെ പ്രിൻസിപ്പാളായ ഞാനിപ്പോ വെറുമൊരു കോഴിക്കച്ചോടക്കാരനായില്ലേ..

കുഞ്ഞച്ചൻ : ശര്യാ...അന്നു ട്യൂഷൻ സെന്റർ നിറയെ കുട്ടികൾ. ഇന്ന് അവരിരുന്നിടത്ത് കോഴികൾ.

സൈക്കിളിൽ വരുന്ന പ്യൂൺ തമ്പുരാനെ കണ്ട്,

സുധാകരൻ : ഭ്ഹാ തമ്പുരാനേ ചായ എടുക്കട്ടെ.

മൈൻഡ് ചെയ്യാതെ പോകുന്ന തമ്പുരാൻ.

സുധാകരൻ : ഇവന്റെ വാലിന് തീപ്പിടിച്ചോ.

-Cut to-

സീൻ 3
കുറുപ്പിന്റെ വീട്
EXT/പകൽ

വീടിനോട് ചേർന്ന് ചായ്പ്.
ഭാരത് വളം ഡിപ്പോ എന്നൊരു ബോർഡ് കാണാം.
മുണ്ടിൻമേൽ കൈലി ഉടുത്ത് ബക്കറ്റിൽ വളം കോരിയിടുന്ന കുറുപ്പ്

കുറുപ്പ് : കേരം തിങ്ങും കേരളനാടേ, കേരം തിങ്ങും കേരള നാടേന്നും പറഞ്ഞഹങ്കരിച്ചിട്ടെന്തായി. കറിക്കര യ്ക്കാൻ ഒരു തേങ്ങ വാങ്ങണെങ്കി ഇപ്പോ തമിഴ്നാ ട്ടിൽ പോണ്ടേ.

പാലക്കാടൻ ശൈലിയിൽ തലയാട്ടുന്ന ശങ്കരൻ.
അതനുകരിച്ച്,

കുറുപ്പ് : വെറുതെ അങ്ങട്ടും ഇങ്ങട്ടും തലയാട്ട്യാ പോര ശങ്കരാ. വിവരം വേണം. കൃഷ്യേപ്പറ്റി നോളജ് വേണം. തെങ്ങിന് വേണ്ടത് ജൈവ വളാ. ഇപ്പ അഞ്ചുകിലോ വെച്ച് ഓരോന്നിന്റേം മൂട്ടിലങ്ങ് വീശ്യാ മിഥുനത്തില് ശറപറാന്നും പറഞ്ഞാ വേര് പൊട്ട്യാ.

ശങ്കരൻ : ശര്യാ.
കുറുപ്പ് : ഡ്ഹാ. തനിക്ക് വിവരോണ്ട്.

വളം കൊടുക്കുന്നു.

കുറുപ്പ് : പിന്നെ ജൈവവളത്തിന്റെ മൂന്ന് ലോഡ് ഇന്നലെ

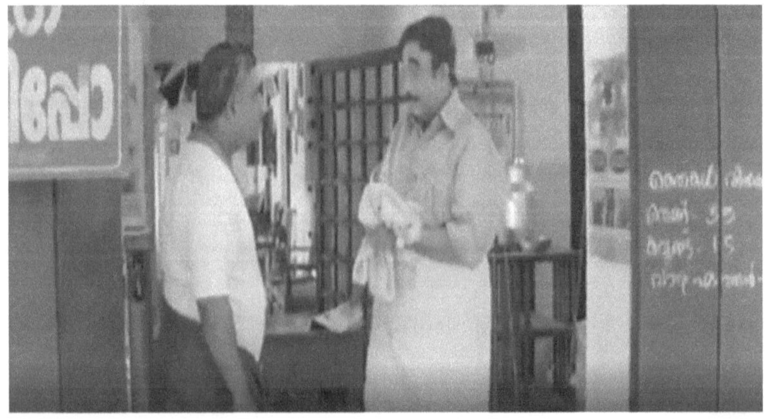

വന്നിട്ടുണ്ട്. സ്റ്റോക്ക് തീരുംമുമ്പേ ഓഡറാക്കിക്കോ.
ചരക്കവിടെത്തിക്കാം. ന്യാ.

ശങ്കരൻ   : ശരി.

ശങ്കരൻ പോകുന്നു.

*സൈക്കിളിൽ എത്തുന്ന തമ്പുരാൻ. ഉമ്മറത്തേക്ക് കൈ തുടച്ചു
കൊണ്ടു വരുന്ന കുറുപ്പിനോട്,*

തമ്പുരാൻ   : പൊട്ടാഷ് പത്ത് കിടലോ. യൂറിയ പതിനഞ്ചുകിലോ.
         20:20 ഇരുപതുകിലോ ഇങ്ങനെ വളം തൂക്കി കളിച്ചാ
         മതിയോ... സ്കൂള് തൊറക്കണ്ടേ.

അതിഷ്ടപ്പെടാതെ,

കുറുപ്പ്   : സ്കൂള് തൊറക്കലും അടയ്ക്കലും പ്യൂണിന്റെ പണി
         യല്ലേ.

തമ്പുരാൻ   : വേണ്ട.. .മൈ നെയിം ഈസ് തമ്പുരാൻ. കാൾ മീ
         തമ്പുരാൻ.

കുറുപ്പ്   : എടോ കുഞ്ഞിരാമാ... കുറച്ച് കാൾ മൊടക്കി ഗസ
         റ്റിൽ പരസ്യപ്പെടുത്തിയാ പേരല്ലേ മാറുള്ളു. കുഞ്ഞി
         രാമൻ തമ്പുരാനാവ്വോ. ഓഫീസ് തുറന്ന് മേശം
         കസേരം തൊടച്ച് വെക്കുമ്പോഴേക്കും ഞാനെത്താം.
         ചെല്ല്.

തമ്പുരാൻ   : അതേ പ്രധാനാധ്യപഹയാ പൂട്ടിന് മുന്നിൽച്ചെന്ന്
         തൊറ തൊറാ എന്നുപറഞ്ഞ് തൊറപ്പിക്കാൻ ഞാൻ
         മാജിക്കുകാരനല്ല. അതിന് താക്കോൽ വേണം.
         താക്കോൽ.

*പെട്ടെന്നോർത്തതുപോലെ 'ഓ' എന്നു പറഞ്ഞ് അകത്തേക്കു
നോക്കി,*

കുറുപ്പ്   : രാഗീ

-Cut to -

അടുക്കള

ദോശക്കല്ലിൽ മാവ് ഒഴിച്ചുകൊണ്ട്,

രാഗിണി   : ദോശ നാല് മതിയോ?

കുറുപ്പിന്റെ ശബ്ദം

         : മതി...മതി...ഏത്തയ്ക്ക പുഴുങ്ങീല്ലേ.

രാഗിണി (സ്വയം): യ്യോ അതു മറന്നല്ലോ.
ഏത്തയ്ക്ക എടുക്കാനായി പോകുന്നു.

-Cut to-

പുറം - ഉമ്മറം

തമ്പുരാൻ : നിങ്ങള് ഫാര്യം ഫര്ത്താവും ഏത്തക്കേം ദോശക്കേം
പുഴുങ്ങിക്കളിക്ക്യാ... താക്കോലെവിടെ?

രാഗിണി(ശബ്ദം): അതേ.. ഏത്തയ്ക്ക തീർന്നു. ആ തമ്പുരാനോട് വാങ്ങി
ച്ചുവരാൻ പറ.

തമ്പുരാൻ : (ദേഷ്യത്തിൽ) ഏത്തയ്ക്ക.... ഞാൻ.

അയാളെ നോക്കി,

കുറുപ്പ് : ഏത്തയ്ക്ക വേണ്ട, രാഗീ, സ്കൂളിന്റെ താക്കോല് മതി.

ശബ്ദം : അതിന്നലെ സതീശൻ വന്ന് വാങ്ങിക്കൊണ്ടുപോ
യില്ലേ.

കുറുപ്പ് : പറഞ്ഞപോലെ, അതൊള്ളതാ. താക്കോല് സതീശൻ
കൊണ്ടുപോയി.

സോഫ്ടായി തമ്പുരാനോട്,

കുറുപ്പ് : ഇന്നലെ ലോഡ് വന്നിരുന്നേ. താനൊരു കാര്യം ചെയ്യ്.
സതീശനെ കണ്ട് താക്കോലു വാങ്ങി സ്കൂളി
പൊക്കോ.

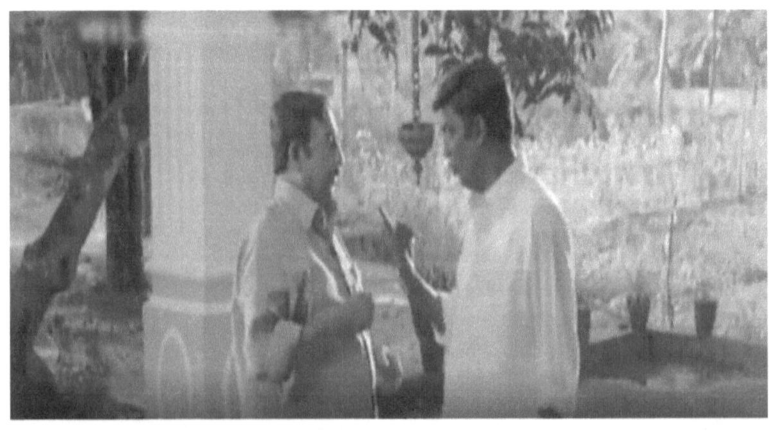

സോഫ്ടായി

തമ്പുരാൻ : ഞാനൊരു കാര്യം ചെയ്യാം. (കസേര വലിച്ചിരുന്ന്) പ്രധാനാധ്യാപകൻ താക്കോലു വാങ്ങി വരുന്നതു വരെ ഈ പ്യൂൺ ഇവിടെ വെയിറ്റ് ചെയ്യാം.

സോപ്പിടാൻ ശബ്ദം മാറ്റി,

കുറുപ്പ് : അതേ തമ്പുരാനേ...

ഭവ്യത നടിച്ച്,

തമ്പുരാൻ : നോ നോ കാൾ മീ പ്യൂൺ

കുട്ടികൾ വാശി പിടിക്കുന്നതുപോലെ

കുറുപ്പ് : നോ....നോ യു ആർ തമ്പുരാൻ.

തമ്പുരാൻ : ഞാൻ തമ്പുരാനുമല്ല, പ്യൂണുമല്ല... കുഞ്ഞിരാമ നാണ്.

ഗൗരവത്തിൽ,

കുറുപ്പ് : തമ്പുരാനേ (ഭവ്യതയോടെ) അങ്ങനെ പറയല്ലേ തമ്പുരാനേ... ങ്ങേ... ഉ്ഹാ

എഴുന്നേറ്റ് ശബ്ദമുയർത്തി

തമ്പുരാന് കുറുപ്പിന്റെ 'തമ്പുരാൻ' വിളി ഇഷ്ടപ്പെട്ടു.

തമ്പുരാൻ : വളം സൂക്ഷിക്കുന്ന ക്ലാസ്മുറിയുടെ താക്കോൽ വേറെ വെക്കാനേ എത്ര പ്രാവശ്യം പറഞ്ഞതാ. അതെങ്ങനെ ഒരു അനുസരണ വേണ്ടേ. അനുസരണ.

കുറുപ്പ് : (ഭവ്യതയോടെ) ഇനി അങ്ങനെ ചെയ്തോളാം. പ്യൂൺ ചെല്ല്. അല്ല തമ്പുരാൻ ചെല്ല്

'ഉം' എന്ന മൂളലോടെ നടക്കുന്ന തമ്പുരാൻ

-Cut to-

സീൻ 4
അതിരുകെട്ടിയ പറമ്പ്
പുറം

നിർത്തിയിട്ട ബൈക്കിന്റെ ബോക്സിൽ ഒട്ടിച്ചുവെച്ച നാനികോൺ കമ്പനിയുടെ സ്റ്റിക്കറിൽ തുടങ്ങുന്ന ദൃശ്യം.

പവനൻ പരിമാത്തിന്റെ ശബ്ദത്തിൽനിന്ന് അയാളിലേക്ക്. ഇടതു കൈകൊണ്ട് മൊബൈൽ ചെവിക്കുനേരെ പിടിച്ച് മറ്റേ കൈയിൽ

ടേപ്പിന്റെ അറ്റം പിടിച്ചു സംസാരിക്കുന്ന,

പവനൻ : നേരെ വാ...നേരെ പോ. അതാ പവനൻ പരിമള
ത്തിന്റെ ബിസിനസ്സ്. റേറ്റും കുറയില്ല. കമ്മീഷനും
കുറയില്ല.

ഫോൺ പോക്കറ്റിലിട്ടുകൊണ്ട് അടുത്തുനിൽക്കുന്ന നാണുവിനോട്,

പവനൻ : ഈ വിളിച്ചതാരാന്നറിയോ എസ്.പി.

നാണു : പോലീസ് സൂപ്രണ്ടോ?

പവനൻ : അതിനേക്കാൾ വിലയ ആളാ. സുധർമ്മൻ പോറ്റി.
(അടുത്ത വസ്തു ചൂണ്ടി) ആ പിന്നെ ആ അമ്പ
ത്രേക്ര പാർട്ടിക്കാർ നോട്ടം വെച്ചിരിക്യാ. അമ്യൂ
സ്മെന്റ് പാർക്കിന്. കേന്ദ്രകമ്മറ്റി അവിടെ പച്ച
ക്കൊടി നാട്ടിയാ... ദാ ഇവിടെ ചോമന്ന കൊടി
പറക്കും. പിന്നെ ഈ മണ്ണ് അളന്ന് വില്ക്കാം
പൊന്നും വിലക്ക്. അപ്പഴീ പാവം പവനൻ പരി
മളത്തെ മറക്കാതിരുന്നാ മതി.

അയാളെ പിടിച്ച്,

: മറക്കോാ

അയാൾ : ഏയ് ഇല്ല.

ഫോൺ ശബ്ദം. ഫോണെടുത്തു സംസാരിക്കുന്ന,

പവനൻ : എടോ മക്കുണാ... എത്ര പ്രാവശ്യം പറഞ്ഞതാ
ചെങ്കല്ല് രണ്ട് ലോഡ് മത്തായിക്ക്... ജില്ലി 500 ഫുട്ട്
രമേശന്... ങ്ഹാ പിന്നെ (വായ പൊത്തി ശബ്ദം
കുറച്ച്) കമ്മീഷൻ വൈകീട്ട് വർഗ്ഗീസിന്റെ കടേല്
കൊടുക്കണം. മറക്കണ്ട.

ഫോൺ ഓഫ് ചെയ്തു.

വസ്തു വാങ്ങാൻ വന്ന ഒരാൾ.

: തനിക്ക് വേറെന്തെങ്കിലും പണിയുണ്ടോ?

പവനൻ : അങ്ങനെ ചോദിച്ചാ, ചെറ്യൊരു സൈഡ് ബിസിന
സ്സുണ്ട്. വല്യ കാര്യൊന്നൂല്ല. നമ്മുടെ വണ്ണാൻമല
ഹൈസ്കൂളില്ലേ... അവിടുത്തെ മാഷാ.

ഞെട്ടലോടെ,

അയാൾ : മാഷോ?

ടേപ്പ് ചുറ്റിക്കൊണ്ട് നടക്കുന്ന,

പവനൻ : ജീവിക്കണ്ടെ ചേട്ടാ. ഒരുമാസത്തെ ശമ്പളം ചിട്ടിക്കാ

ശിനുപോലും തെകയില്ല.
ബൈക്കിൽ കയറി സ്റ്റാർട്ടുചെയ്യുന്ന പവനൻ

-Cut to-

സീൻ 5
ഓഫീസിനു മുൻവശം
പകൽ (EXT)

ബൈക്കോടിച്ചെത്തുന്ന പവനൻ.
ബൈക്ക് നിർത്തി അതിൽനിന്ന് ഇറങ്ങുന്നു

പവനൻ : (ഫോണിൽ) എന്റെ പൊന്നുചങ്ങാതീ പഴക്കം എത്രയോ ആകട്ടെ. മൂന്നേ മൂന്നുമാസം നാനീകോൺ ആയുർവ്വേദ ജെട്ടി ധരിച്ചുനോക്കൂ. നടുവേദന ഈ ഡിസ്ട്രിക്ട് വിട്ടോടും. റേറ്റൊക്കെ അഡ്ജസ്റ്റ് ചെയ്യാം. ഒരു നല്ല കാര്യത്തിനല്ലേ...ങേ. പ്രമേഹം കുറയാനുള്ള...

ആലോചിച്ച്,

: ഇല്ല...ജെട്ടി സ്റ്റോക്കില്ല. ഓ ശരി. പിന്നെ വിളിക്ക്.
ഒരു കുട്ടി വിളിച്ചു ചോദിക്കുന്നു.
കുട്ടി : മാഷേ ഞങ്ങള് നിക്കണോ പോണോ. താക്കോല് വര്വോ.

ദേഷ്യത്തിൽ അവനോട് 'പോടാ' എന്നു പറഞ്ഞുകൊണ്ട് നടക്കുന്നു. അടുത്തിരിക്കുന്ന

അസീസ് മാഷ് : ചുളുവിലയ്ക്ക് കൊറച്ച് സ്ഥലം ഞാക്കൊന്ന് ഒപ്പി ച്ചുതാ മാഷേ.

പവനൻ : എന്തിനാ ചുളുവിലയ്ക്കാക്കുന്നേ, ഫ്രീയായിട്ട് തന്നേ ക്കാം... നാല്പതുസെന്റ്. നല്ല വരിക്കച്ചക്ക ചെത്തി വെച്ചപോലെ ഒരിടിവെട്ട് പ്ലോട്ട്. സാമ്പത്തികമാന്ദ്യം ബാധിച്ച ഗൾഫിന്റേതാ. ഇന്നുതന്നെ ടോക്കൺ കൊടുത്താലോ.

അസീസ് : ഇന്നു പറ്റില്ല. ഹോമിയോ ഡോക്ടറെ കാണണം.
സൈഡിൽനിന്ന് സിഗരറ്റ് വലിച്ചുകൊണ്ടിരിക്കുന്ന ശ്രീധരൻ കുട്ടി

ക്കാട് (എസ്.കെ.)

	: ന്റെ മാഷേ..നിങ്ങളേതെങ്കിലും ഒരു ഡോക്ടറെ സ്ഥിരാക്ക്. ഇംഗ്ലീഷ്, മലയാളം, ഹിന്ദി ഇങ്ങനെ മാറി മാറി കാണിച്ചിട്ടാ നടുവേദന കുറയാത്തേ.
പവനൻ	: ചികിത്സകൊണ്ടൊന്നും കാര്യല്ല എസ്.കെ. ഇയാശ്ടെ പെണ്ണുകെട്ടിക്കളി നിർത്തി ഇത്തിരി റെസ്റ്റ് എടുത്താ മതി. നടുവേദന താനെ വിട്ടോളും...

ചിരിക്കുന്ന എസ്.കെ.

അസീസിനു ദേഷ്യം വന്നു. എഴുന്നേറ്റ്,

അസീസ്	: എന്റെ വാപ്പേം വാപ്പേടെ വാപ്പേം ഒക്കെ കൊറെ കെട്ട്യതാ. ഓലിക്ക് നടുവേദന പോയിട്ടൊരു തലവേദനപോലും വന്നിട്ടില്ല. അറിയോ...
എസ്.കെ.	: അവർക്ക് കെട്ട് മാത്രാരുന്നില്ല പണി. പാടത്തും പറമ്പിലും നല്ലോണം അധ്വാനോംണ്ടാരുന്നു. താനോ.. ബസ്സ് കേറ്യാ ഉറക്കം. സ്കൂളിൽ വന്നാ ഉറക്കം. പിന്നെ ആകപ്പാടെയുള്ളൊരു എക്സർസൈസ്....

എസ്.കെയും പവനനും ചിരിക്കുന്നു.

ഗൗരവത്തിൽ,

അസീസ്	: ഞാനൊരു ചായ കുടിച്ചിട്ട് വരാം.

-Cut to-

സീൻ 5 (എ)

ചായക്കട

പകൽ

ഗ്ലാസ് കഴുകുന്ന സുധാകരനിൽ തുടങ്ങുന്ന ദൃശ്യം.

ചായ കുടിച്ചുകൊണ്ടിരിക്കുന്ന കുറുപ്പ്. അടുത്ത് ഉത്തമനും സപ്ലയർ കുഞ്ഞച്ചനും.

ചായ എടുത്തുകൊണ്ട്,

സുധാകരൻ	: നമ്മടെ കോമ്രേഡ് കുഞ്ഞാപ്പൂ... വിപ്ലവം വരുന്നു. വിപ്ലവം വരുന്നൂന്ന് പറേമ്പോലെ പുതിയ മാഷ് വരുന്നു... പുതിയ മാഷ് വരുന്നൂന്ന് കുറുപ്പേട്ടൻ പറയാൻ തുടങ്ങീട്ട് കൊല്ലം കുറച്ചായി.

28

<h1 style="text-align:center">മാണിക്യക്കല്ല്</h1>

കുറുപ്പ് : ഇതതുപോലെയല്ല സുധാകരാ... ആളവിടുന്നു പുറ
പ്പെട്ടു.

താടി തടവിക്കൊണ്ട്,

ഉത്തമൻ : എങ്കീ സംശ്യല്ല്യ...എത്തിക്കാണും. എന്നിട്ട്.

ബുദ്ധിജീവി

(നാട്ടുകാരൻ) : സ്കൂളിന്റെ മഹത്വം കേട്ടറിഞ്ഞു വന്ന വഴ്യേ ഓടീ
ട്ടുണ്ടാവും.

കുറുപ്പ് : ഉം. താൻ വന്ന വഴി ഏതാന്ന് തനിക്ക് നിശ്ച്യണ്ടോ
ഉത്തമാ

അവൻ പമ്മി.

ചിരിക്കുന്ന,

സുധാകരൻ : അതില്ലാത്തതുകൊണ്ടല്ലേ കുറുപ്പേട്ടാ, വടക്കുനോക്കി
യന്ത്രത്തെപ്പോലെ എന്നും തെക്കോട്ടു നോക്കി ഇരി
ക്കുന്നേ.

അസീസ് മാഷ് എത്തുന്നു.

: സുധാകരാ ഒരു ചായ. മധുരം കൂട്ടി.

കുറുപ്പ് : (ആക്കുന്ന രീതിയിൽ) ഡ്ഹാ...മാഷെത്തിയോ?

പറഞ്ഞത് ഇഷ്ടപ്പെടാതെ,

അസീസ് : എത്തണ്ടേ?

കുറുപ്പ് : പിന്നെത്തണ്ടേ...

അസീസ് : പിന്നെന്താ എച്ച്.എമ്മിന് ഒരു മുനവെച്ച സംസാരം.

കുറുപ്പ് : അല്ലാ ഞാൻ വിചാരിച്ചത് ഇയാള് പുതിയ ബീവി
യേംകൊണ്ട് സൗദി അറേബ്യയിൽ ഹണിമൂണിനോ

മറ്റോ പോയിക്കാണുമെന്ന്. നടൂന്റെ വേദന എങ്ങി
നേണ്ട്?

ദേഷ്യത്തിൽ കുറുപ്പിനെ നോക്കി

അസീസ് മാഷ്   : (സുധാകരനോട്) സുധാകരാ... ചായ വേണ്ട.

തിരിച്ചുപോകുന്ന അസീസ്.

സുധാകരൻ   : പെണങ്ങല്ലേ മാഷേ (കുറുപ്പ് മാഷിനോട്) പെണ്ണ്
                 കെട്ടീന്ന് പറഞ്ഞത് ശര്യന്നാ?

കുറുപ്പ്   : അതേടോ.

ഉത്തമൻ   : ഉദ്യോഗസ്ഥന്മാർക്കെന്തും ആവാലോ.

ഉത്തമനോട്,

സുധാകരൻ   : മിണ്ടാതിരിയെടോ... കുറുപ്പേട്ടനിതെങ്ങിനെ അറിഞ്ഞു?

സ്വകാര്യതയോടെ,

കുറുപ്പ്   : കെട്ട് കഴിഞ്ഞതിന്റെ പിറ്റേന്ന് രാവിലെ മൂപ്പരെന്നെ
                 വിളിച്ചു. സദാശിവൻമാഷ് താമസിച്ച വീട് കാലിയല്ലേ.
                 പുതിയ ബീവ്യേം കൊണ്ടവിടെ വരട്ടേന്ന്.

ഉത്തമൻ   : അവധിക്കാലങ്ങളിൽ പെണ്ണുകെട്ടി നടക്കുന്ന ഇവ
                 ൻമാരെ പുരോഗമനവാദികൾ സപ്പോർട്ട് ചെയ്യരുത്

ദേഷ്യത്തോടെ ഉത്തമനോട്,

സുധാകരൻ   : ഇനി എന്തെങ്കിലും മിണ്ട്യാ തന്റെ മണ്ടയ്ക്ക് ഞാൻ
                 സപ്പോർട്ട് ചെയ്യും. ചായേം കുടിച്ച് താടീം തടവി
                 വെറുതെ അഭിപ്രായം പറയ്വാ.

ചായയെടുത്ത കുറുപ്പിനോട്

                 : ന്നിട്ട് കുറുപ്പേട്ടൻ ആ വീട് കൊടുത്തോ?

കുറുപ്പ്   : അപ്പോം പുതിയ മാഷിന് താമസിക്കാൻ തന്റെ വീടു
                 കൊടുക്കേ?

സുധാകരൻ   : ദേ പിന്നേം പുതിയ മാഷ്. ന്റെ കുറുപ്പേട്ടാ.. അയാൾടെ
                 പേരെങ്കിലും ഒന്നു പറ.

സുധാകരനെ ഒന്നു നോക്കി ഉറച്ച ശബ്ദത്തിൽ,

കുറുപ്പ്   : വിനയചന്ദ്രൻ...

-Cut to-

സീൻ 5(ബി)
സ്കൂൾ ബസ്സ്റ്റോപ്പ്
പകൽ

ബസ്സ് വന്നുനിൽക്കുന്നു. ഫ്രണ്ട് ഡോറിന്റെ ഫുട് സ്റ്റെപ്പിലേക്ക് ആകാംക്ഷയോടെ നോക്കുന്ന സുമേഷും കിരണും (വിദ്യാർത്ഥികൾ) തുറക്കപ്പെടുന്ന ഡോർ. അവരുടെ കാഴ്ചപ്പാടിൽ ഫുട് സ്റ്റെപ്പിലേക്ക് കാലെടുത്തുവെക്കുന്ന സ്വർണ്ണപാദസരമിട്ട കാലുകൾ. വിടർന്ന കണ്ണു കളോടെ സുമേഷും കിരണും. സാരി അല്പം മുകളിലേക്ക് കയറ്റി സാവ ധാനം ഇറങ്ങുന്ന സുന്ദരിടീച്ചർ

കിരൺ   : എടാ ടീച്ചറ് പാദസരം മാറ്റി.

സുമേഷ്   : ഇല്ലെടാ. ഇത് പഴേതെന്ന്യാ. പക്ഷേ, കാലിനിത്തിരി
                 നെറം കൂടീട്ട്ണ്ട്.

കിരൺ   : അത് മഞ്ഞള് തേച്ചിട്ടാ.

പെട്ടെന്ന് സുമേഷിന്റെ കണ്ണുകൾ ആരിലോ ഉടക്കി.

കൈയിൽ ബാഗുമായി ബസ്സിൽനിന്നിറങ്ങുന്ന വിനയചന്ദ്രൻ. സംശ യത്തോടെ വിനയചന്ദ്രനെ നോക്കുന്ന കിരണും സുമേഷും. നീങ്ങുന്ന ബസ്സ്. നടക്കുന്ന വിനയചന്ദ്രൻ.

-Cut to-

സീൻ 6
സ്കൂൾ അസംബ്ലി
സ്കൂൾമുറ്റം

സ്കൂൾ കോമ്പൗണ്ടിലേക്ക് കയറുന്ന വിനയചന്ദ്രൻ.

ലോങ്ങ് ബെല്ലടിക്കുന്ന തമ്പുരാൻ. യൂണിഫോമിലും ഇല്ലാതെയു മുള്ള നാല്പതിൽ താഴെ മാത്രം കുട്ടികളുടെ പ്രാർത്ഥന. പിന്നിൽ കുറു പ്പുമാഷും സുന്ദരിടീച്ചറും വിനയചന്ദ്രനും.

ദൂരെ ഫോണിൽ സംസാരിക്കുന്ന പവനൻ.

സ്റ്റാഫ് ഓൺലി എന്നെഴുതിയ ടോയ്ലെറ്റിന്റെ സൈഡിൽ മുണ്ടു മടക്കി കുത്തി സിഗരറ്റിന് തീ കൊളുത്താൻ തുടങ്ങുന്ന എസ്.കെ.

പശുവിനെയും തെളിച്ച് സ്കൂൾ കോമ്പൗണ്ടിൽ കയറുന്ന വെളു ക്കൻ (വിദ്യാർത്ഥി)

അതിനെ കുറ്റിയിൽ കെട്ടിയിട്ട് ഓടി അസംബ്ലിയിൽ ചേരുന്നു.

സ്റ്റാഫ് റൂമിൽ ടിഫിൻബോക്സ് തുറന്നുവെച്ച് കോഴിയിറച്ചിയും പത്തലും കഴിക്കുന്ന അസീസ് മാഷ്. സ്കൂളിലെ ദയനീയ കാഴ്ചയി ലൂടെ ദൃശ്യം. പ്രാർത്ഥന കഴിഞ്ഞ് സിംഗിൾ ബെല്ലടിക്കുന്ന തമ്പുരാൻ.

-Cut to-

സീൻ 6 (എ)
സ്കൂൾ വരാന്ത
ഓഫീസ്

ദൈവമേ കാത്തുകൊൾകങ്ങ്,

കൈവിടാതങ്ങു ഞങ്ങളെ... എന്ന പ്രാർത്ഥന.

പൊട്ടിപ്പൊളിഞ്ഞ ചുമരുകൾ. ചോർന്നൊലിക്കുന്നു. ക്ലാസ്മുറിയിൽ കയറി കിടക്കുന്ന നായക്കുട്ടി. കാട്പിടിച്ചുകിടക്കുന്ന പരിസരങ്ങൾ തുട ങ്ങിയ ദൃശ്യങ്ങൾക്കുമീതെ കേൾക്കുന്ന പ്രാർത്ഥന.

നടന്നുവരുന്ന കുറുപ്പും വിനയനും. കുട്ടികൾ ബഹളംവെച്ച് ക്ലാസു കളിലേക്ക്.

കുറുപ്പ്			: ലോകത്തൊരിടത്തുല്ലാത്ത പ്രത്യേകത ഈ സ്കൂളി

നുണ്ട്. ഹെഡ്മാസ്റ്ററായതുകൊണ്ട് സ്കൂളിനെ പൊക്കിപ്പറയാന്‍ തോന്നരുത്. പൊതുപരീക്ഷയ്ക്ക് മുമ്പേ പഠിപ്പിച്ചുതീര്‍ക്കണമെന്ന് മാഷന്മാര്‍ക്കോ പഠി ക്കണമെന്ന് ഇവിടുത്തെ സ്റ്റുഡന്റ്സിനോ നിര്‍ബന്ധ മേയില്ല.

വിനയന്‍ ചിരിക്കുന്നു.

കുറുപ്പ് : ഒരാള്‍ പിരിഞ്ഞുപോയാലും, സ്ഥലം മാറിപ്പോയാലും പകരക്കാരായിട്ടാരും ഇങ്ങട്ട് വരാറുല്ല...

അവര്‍ ഓഫീസിലേക്ക്.

കുറുപ്പ് : ഏഴെട്ടുകൊല്ലത്തിനിടയില്‍ ആകെയുണ്ടായ അപ്പോ യിന്റ് മെന്റ് ചാന്ദിനിടീച്ചര്‍ക്കാ. പി.ടി.പോസ്റ്റ്. അച്ഛന്‍ മരിച്ച ഒഴിവില്‍ കിട്ടിയതാ. പക്ഷേ, മുപ്പത്തീടെ ശരി ക്കുള്ള പണി കോഴിമുട്ട ബിസിനസ്സും യോഗ പഠി പ്പിക്കലുമാ.

വിനയനെ നോക്കി,

 : പുതിയൊരാളെ അപ്പോയിന്റ് ചെയ്തുന്ന് സെക്ഷ നിലെ തോമസ് പറഞ്ഞപ്പോ ഞാന്‍ വിശ്വസിച്ചില്ല. ഇവിടെ ഇങ്ങനൊരു സരസ്വതിക്ഷേത്രമുള്ള കാര്യം ഡി.ഇയ്ക്ക് ഓര്‍മ്മപോലും ഉണ്ടാവില്ലല്ലോ.

വിനയന്‍ ചിരിച്ചു.

കുറുപ്പ് : കാര്യങ്ങളൊക്കെ ഏതാണ്ട് മനസ്സിലായല്ലോ...ചുരു ക്കിപ്പറഞ്ഞാ കുത്തഴിഞ്ഞ ഒരു പുസ്തകമാ ഈ സ്ഥാപനം. പല സബ്ജക്ടും പഠിപ്പിക്കാന്‍ ആളില്ല...

(സംശയത്തോടെ) കണക്ക് കൂടാതെ....

ചിരിയോടെ,

വിനയൻ : സാറ് പേടിക്കണ്ട. പി.ടി ഒഴിച്ച് വേറെ ഏതു സബ്ജ
ക്ടും ഞാനെടുത്തോളാം.

സന്തോഷത്തോടെ,

കുറുപ്പ് : മതി. എന്നാ നമുക്ക് ക്ലാസിലേക്ക് പോകാം.
മേശപ്പുറത്തുള്ള ചൂരലെടുക്കുന്ന കുറുപ്പ്.

-Cut to-

സീൻ 6 (ബി)

X A എന്നെഴുതിയ ബോർഡ്.
കുറുപ്പിന്റെ ശബ്ദം

: പ്രിയപ്പെട്ട കുട്ടികളേ....

എട്ടുകുട്ടികൾ മാത്രമുള്ള ക്ലാസ്.

*കോമ്പസ് എന്നു വിളിപ്പേരുള്ള പെൺകുട്ടി. കോമ്പസ്സുകൊണ്ട്
പുസ്തകത്തിൽ വൃത്തം വരയ്ക്കുന്നു.*

കുറുപ്പ് : കഴിഞ്ഞ അധ്യയനവർഷത്തിൽ പിരിഞ്ഞുപോയ....

അടുത്തിരിക്കുന്ന കുട്ടിയോട്,

കോമ്പസ് : മിൽമപ്പാലാ...അതാ പിരിഞ്ഞുപോയത്.

കുറുപ്പ് : ബഹുമാനപ്പെട്ട സദാശിവൻമാസ്റ്റർക്ക് പകരം മറ്റൊരു
ബഹുമാനപ്പെട്ട അധ്യാപകൻ ഇവിടെ ആഗതനായി
രിക്കുകയാണ്.

*ജനാലവഴി അകത്തേക്കു വരുന്ന ബഷീർ എന്ന വിദ്യാർത്ഥി. ആരോ
'മ്യാവൂ' എന്ന ശബ്ദമുണ്ടാക്കുന്നു.*

കുറുപ്പ് : ആരെടാ അത്?

കുട്ടി : പൂച്ച ചാടിയതാ സാറേ.

ബഷീർ : പോടാ ഓന്തേ.

കുറുപ്പ് : എടോ പൂച്ചേ ഇന്നെങ്കിലും തനിക്ക് നേരെ ചാടി
ക്കൂടെ.

ചിരിക്കുന്ന ബഷീർ.

കുറുപ്പ് വിനയനോട്

: നമ്മടെ സ്കൂളിലെ ഏറ്റവും സീനിയറായിട്ടുള്ള

ആളാ. എട്ടാംക്ലാസിൽ രണ്ടുകൊല്ലം. ഒമ്പതിൽ ഒരു
കൊല്ലം.

തലകുനിച്ച്,

        : ഒന്നു ബഹുമാനിച്ചേക്കാം.

കുട്ടികൾ ചിരിക്കുന്നു.

ചൂരൽ നീട്ടി,

കുറുപ്പ്   : സൈലൻസ്...ഞാനെന്താ പറഞ്ഞത്...

കുട്ടികൾ   : എടോ പൂച്ചേ ഇന്നെങ്കിലും തനിക്ക് നേരെ ചാടിക്കൂ
ടേന്.

ദേഷ്യത്തിൽ,

കുറുപ്പ്   : നിർത്തിനെടാ കൊരങ്ങന്മാരേ.

ശബ്ദമുയർത്തി ഗൗരവത്തിൽ,

കുറുപ്പ്   : ഒരു കാര്യം ഞാനാദ്യമേ പറഞ്ഞേക്കാം. സദാശിവൻ
മാഷെപ്പോലെയല്ല ഈ സാർ...

ധന്യയോട്,

കോമ്പസ്   : ശര്യാ...ഈ സാറിനൊരു വാലുണ്ട്.

ചൂരൽ മുന്നിലേക്കുയർത്തി,

കുറുപ്പ്   : എന്നെപ്പോലെ വളരെ വളരെ സ്ട്രിക്ട് ആണ്. അട
ങ്ങിയൊതുങ്ങി ഇരുന്നില്ലെങ്കി, എല്ലാത്തിന്റേം ചന്തി
ക്കിട്ടു പെടയ്ക്കും... മനസ്സിലായല്ലോ.

സൗമ്യനായി,

        : ഇത്രയും പറഞ്ഞുകൊണ്ട് ഞാനെന്റെ വാക്കുകൾ
ഉപസംഹരിക്കുന്നു. ജയ്ഹിന്ദ്.

വിനയചന്ദ്രനോട്,

കുറുപ്പ്   : അപ്പോ മാഷ് കണ്ടിന്യു ചെയ്തോളൂ.

ചൂരൽ നീട്ടി അധികാരചിഹ്നം മാറുന്ന ഭാവത്തിൽ,

കുറുപ്പ്   : ദാ...കൈയിലിരുന്നോട്ട്... അല്ലെങ്കി ഇവര് തലേക്കേറി
കളിക്കും.

പുഞ്ചിരിയോടെ,

വിനയൻ   : വേണ്ടാ. ആവശ്യമുണ്ടെങ്കി ഞാൻ വാങ്ങിച്ചോളാം.

വഴിയെ മനസ്സിലാകും എന്ന ഭാവത്തിൽ,

കുറുപ്പ്   : അപ്പോ ശരി.

എന്നു പറഞ്ഞ് പുറത്തേക്ക് നടക്കുമ്പോൾ,

ബഷീർ   : ഫാക്ടംഫോസ്

ക്ലാസ്സാണെന്ന് മറന്ന് 'ആരാടാത്' എന്നുപറഞ്ഞ് തിരിഞ്ഞുനിൽക്കുന്ന കുറുപ്പ്. ചെറുചിരിയോടെ ഞാൻ മാനേജ് ചെയ്തോളാം എന്ന് ആംഗ്യം കാണിക്കുന്ന വിനയൻ.

ചിരി ഒതുക്കാൻ ശ്രമിക്കുന്ന കുട്ടികൾ

കുറുപ്പ് പോകുന്നു.

വിനയൻ ബഷീറിന്റെ അടുത്തേക്ക്.

തല താഴ്ത്തിയിരിക്കുന്ന ബഷീർ.

അവന്റെ അടുത്തുചെന്ന് നിൽക്കുമ്പോൾ എഴുന്നേൽക്കുന്ന ബഷീർ.

വിനയൻ	: ബഷീർ അല്ലേ..ബഷീറിന്റെ അച്ഛന്റെ പേരെന്താ?
ബഷീർ	: അയ്യോ സാർ...എനിക്കച്ഛനില്ല.
വിനയൻ	: വേറെ ആരാ ഉള്ളത്.
ബഷീർ	: ഉപ്പേണ്ട് സാർ. (സ്റ്റൈലാക്കി) ഫിഷ് മർച്ചന്റാ.

തമാശയായി,

വെളുക്കൻ : ഫിഷ് മർച്ചന്റ് പോലും. അവന്റെ ഉപ്പേടെ പേര് മത്തി മമ്മദ്ന്നാ സാറേ. ചീഞ്ഞ ചാളേം അയലേം കടപ്പൊ റത്തീന്ന് വാരിക്കൊണ്ടുവന്ന് കരിഞ്ചന്തയ്ക്ക് വിൽക്കാ..

കുട്ടികൾ ചിരിക്കുന്നു.

ദേഷ്യത്തിൽ,

ബഷീർ : പോടാ വെളുക്കാ...

വിനയനോട്,

: നൊണയാണ് സാറേ. അവന്റപ്പനാ പാലിൽ വെള്ളം ചേർത്ത് വിൽക്കണേ.

അമർത്തി മൂളിക്കൊണ്ട്,

വിനയൻ : ബഷീർ ഇരിക്ക്.

തിരിഞ്ഞുനിന്ന് വെളുക്കനോട്,

: വെളുക്കൻ, അങ്ങനല്ലേ പേര്.

വെളുക്കൻ : അയ്യോ അല്ല സാർ. (വളിച്ച ചിരിയോടെ,) അതെരട്ട പ്പേരാ. ജനിച്ചപ്പോ നല്ല നെറായിരുന്നു. ഇവിടുത്തെ കാറ്റും വെയിലും കൊണ്ടിട്ടാ ഇങ്ങനെയായിപ്പോയത്.

(ഷർട്ടിന്റെ കോളർ പിടിച്ച്)

വെളുക്കൻ : മൈ നെയിം ഈസ് നിർമൽകുമാർ.

വിനയൻ : പൂച്ച, വെളുക്കൻ...ഇനിയുണ്ടോ ആർക്കെങ്കിലും എന്തെങ്കിലും പേര്.

കോമ്പസ് : ഉണ്ട് സാർ.

അവളെ നോക്കുന്ന വിനയചന്ദ്രൻ.

ആ നോട്ടത്തിന് മുന്നിൽ പതറിപ്പോകുന്ന, കോമ്പസ് അറിയാതെ എഴുന്നേറ്റു.

കോമ്പസ്   : ഇല്ല സാർ.

വിനയൻ   : അപ്പോ പേരേയില്ലേ.

കോമ്പസ്   : ഉണ്ട് സാർ. കോമ്പസ്. അല്ല അശ്വതി

കുട്ടികൾ ചിരിക്കുന്നു.

വിനയൻ   : അശ്വതി ഇരിക്ക്. ഇതുപോലെ പലർക്കും പല പേരു
                        കളുമുണ്ടാവും. അതൊക്കെ ക്ലാസ് റൂമിന് പുറത്ത്.
                        ഇതിനകത്ത് കയറിയാൽ ബഷീർ, സുമേഷ്, കിരൺ
                        നിർമൽ, മുബീന, ധന്യ, ആതിര, അശ്വതി. ഞാൻ
                        വിനയചന്ദ്രൻ.

ഒരു കൂസലുമില്ലാതെ ക്ലാസിലേക്ക് കയറിവരുന്ന ദിവ്യ. അവൾ യൂണി ഫോമിലല്ല.

വിനയൻ   : ആരാ?

വളരെ സ്മാർട്ടായി,

ദിവ്യ   : ഞാൻ ദിവ്യ. ദിവ്യാ കരിങ്കൽക്കുഴി.

വിനയൻ   : അതിന്...?

സാറിന് മനസ്സിലായില്ലേ എന്ന ഭാവത്തിൽ,

ദിവ്യ   : ഞാനീ ക്ലാസിലാ സാറേ.

കൈ പിന്നിൽ കെട്ടി,

വിനയൻ   : ഓ...ഇപ്പം സമയമെത്രയായി?

ദിവ്യ   : അത് എന്റെ കൈയിൽ വാച്ചൊന്നുംല്യാ.

വിനയൻ   : കൈയില് വാച്ചില്ലാത്തതുകൊണ്ട് ദിവ്യയ്ക്ക്
                        തോന്നുന്ന സമയത്ത് സ്കൂളിൽ വന്നാ മതിയെ
                        ന്നുണ്ടോ? നാളെ മുതൽ സെക്കന്റ് ബെല്ലടിക്കുന്ന
                        തിനുമുമ്പ് ക്ലാസില് കേറിയില്ലെങ്കിൽ പിന്നെ വരണ
                        മെന്നില്ല. പോയി ഇരിക്ക്.

ചമ്മലോടെ ദിവ്യ.

ചിരിക്കുന്ന കുട്ടികൾ.

വിനയൻ തിരിഞ്ഞുനോക്കുമ്പോൾ വായപൊത്തുന്ന കുട്ടികൾ.

-Cut to-

സീൻ 7
സ്കൂൾ - ഓഫീസ്

ഫോണിൽ സംസാരിക്കുന്ന കുറുപ്പുമാഷ്

കുറുപ്പ് : എൻഡോസൾഫാൻ. എൻഡോ സൾഫാന്റെ പേരിവിടെ മിണ്ടിപ്പോകരുത്. ങ്ഹാ.

ധൃതിയിൽ അകത്തേക്കുവരുന്ന വി.ഡി.സി (വാസുദേവൻ ചെറുവാഞ്ചേരി) ചുറ്റും നോക്കുന്നു.

വി.ഡി.സിയെ കാണുന്ന കുറുപ്പ്

കുറുപ്പ് : (ഫോണിൽ) ങ്ഹാ പിന്നെ വിളിക്കാം (വിഡിസിയോട്) ഒപ്പിടാനുള്ള രജിസ്ട്രറാണ് നോക്കുന്നതെങ്കിൽ അതിവിടെയില്ല.

അതൊന്നും ശ്രദ്ധിക്കാതെ എച്ച്.എമ്മിനെ നോക്കി വിഷ് ചെയ്ത് വരാന്തയിൽ നിൽക്കുന്നവരോട്,

വി.ഡി.സി : കമോൺ.

അകത്തേക്ക് പ്രവേശിക്കുന്ന സുലോചനയും റമിതയും.

റമിതയെ ചൂണ്ടി,

വി.ഡി.സി : സാറിന് മനസ്സിലായില്ലേ.

'ഇല്ല' എന്ന ഭാവത്തിൽ കുറുപ്പ്.

വി.ഡി.സി : റമി. 'പാടോം പാടിക്കൊണ്ടിരിക്കാം' എന്ന റിയാലിറ്റി ഷോയിൽ എട്ടാംസ്റ്റേജിലേക്ക് കടന്നിരിക്ക്യാ.

അവളുടെ കവിളിൽ നുള്ളിക്കൊണ്ട്,

: ഈ കൊച്ചുമിടുക്കി.

അഭിമാനത്തോടെ,

: ഇനിമുതൽ ഇവളുടെ ട്രെയിനർ ഞാനാ. അച്ഛന്റെ സ്ഥാനത്തുനിന്ന് സാറൊന്ന് അനുഗ്രഹിക്കണം.

കുറുപ്പിന് സംഗതി പിടികിട്ടി.

കുറുപ്പ് : അതു ശരി. അപ്പോ വാസുദേവൻ ചെറുവാഞ്ചേരി ക്ലാസെടുക്കാനല്ല വന്നത്.

വി.ഡി.സി : ക്ലാസ്... ഇപ്പ അതാണോ വല്യ കാര്യം. സാറൊന്നനുഗ്രഹിച്ചാട്ടെ.

കുറുപ്പ് : വി.ഡി.സി ക്ലാസിലേക്ക് വിട്ടോ. ഞാനനുഗ്രഹിച്ചോളാം.

കൊഞ്ചിക്കൊണ്ട്,

വി.ഡി.സി			: കുറുപ്പേട്ടന്റൊരു മൈന്താരം പറച്ചില്. ഒന്ന് എഴുന്നേറ്റേ.
	മനസ്സിലാകാതെ

കുറുപ്പ്			: ൻദ്ഹേ?

വി.ഡി.സി			: എഴുന്നേറ്റേ.
	എഴുന്നേൽക്കുന്ന കുറുപ്പ്മാഷ്

വി.ഡി.സി			: കണ്ണടച്ചാട്ടെ.

കുറുപ്പ്			: കണ്ണടയ്ക്കാനോ?

വി.ഡി.സി			: കണ്ണടയ്ക്ക് സാറേ...
	കണ്ണടയ്ക്കുന്ന കുറുപ്പ്.

വി.ഡി.സി			: കൈ രണ്ടും പൊക്കേ്യ.

കുറുപ്പ്			: ൻദ്ഹേ
	കൈ രണ്ടും പൊക്കുന്ന കുറുപ്പ് മാഷ്.
	വി.ഡി.സി ബാഗിൽനിന്നും ഒരു സ്പ്രേ കുപ്പിയെടുത്ത് കുറുപ്പ്
മാഷിന്റെ രണ്ടു കക്ഷത്തും സ്പ്രേ ചെയ്തു. കുപ്പി കുറുപ്പിന്റെ കൈയിൽ
വെച്ചു.,

വി.ഡി.സി			: ഇനി തുറന്നാട്ടെ.
	കണ്ണുതുറക്കുന്ന കുറുപ്പ്,
	സ്പ്രേ നോക്കി,

കുറുപ്പ്			: ഇതേതാ കമ്പനി.

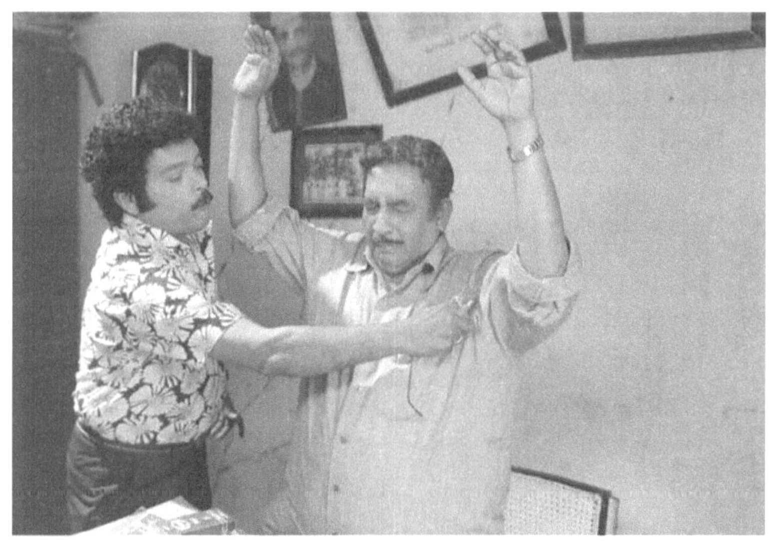

വി.ഡി.സി : കമ്പനി ഏതായാലെന്താ കൊച്ചിന്റച്ഛൻ ഗൾഫീന്ന് കൊടുത്തയച്ചതാ... സാറിന്.

നാണത്തോടെ,

കുറുപ്പ് : എന്നാ രാഹുകാലത്തിന് മുമ്പേ തൊടങ്ങിക്കൊണ്ടാട്ടെ.

വി.ഡി.സി : റമി മോള് വാ. വന്നനുഗ്രഹം വാങ്.

റമി കുറുപ്പിന്റെ അടുത്തേക്ക് വന്നു.

കുറുപ്പ് അനുഗ്രഹിക്കുന്നു.

റമി വി.ഡി.സിയുടെ കാൽ തൊടാൻ നോക്കുമ്പോൾ വി.ഡി.സി അവളെ ചേർത്തുപിടിച്ച്,

വി.ഡി.സി : ജയ് ഹോ.

വി.ഡി.സി അവളെ അനുഗ്രഹിക്കുന്നതു നോക്കിക്കൊണ്ട് കുറുപ്പ് മേശപ്പുറത്തുനിന്നും ധൃതിയിൽ താക്കോൽ എടുത്ത് വി.ഡി.സിക്ക് നേരെ നീട്ടുന്നു. വി.ഡി.സിയുടെ നീട്ടിപ്പിടിച്ച വലതുകൈയിലേക്ക് താക്കോൽ ഇട്ടുകൊടുത്തുകൊണ്ട്,

കുറുപ്പ് : ഏതു ക്ലാസ് വേണെങ്കിലും തുറന്നോളൂ... (അനുഗ്രഹിക്കുന്ന മട്ടിൽ വി.ഡി.സിയുടെ തലയിൽ കൈ വെച്ചുകൊണ്ട്) ജയ് ഹോ.

-Cut to-

സീൻ 8
സ്കൂൾ വരാന്ത

ബെല്ലടിക്കുന്ന തമ്പുരാൻ. പുറത്തേക്കിറങ്ങി വരുന്ന കുട്ടികൾ.

സ്കൂൾ വരാന്തയിലിരിക്കുന്ന ദിവ്യയും ധന്യയും മുബീനയും കോമ്പസും.

ദിവ്യ : എന്തുപറഞ്ഞാലും ഞാൻ സമ്മതിക്കില്ല. വിനയേട്ടന്റെ ആ നോട്ടോം സമയത്രായീന്നുള്ള ചോദ്യോം എനിക്കൊറപ്പാ പുള്ളിക്കാരന് എന്റെ മേലെ ഒരിതുണ്ട്...

തമാശയാക്കി,

കോമ്പസ് : ഒരു വിനയേട്ടൻ. മണിക്കൂറൊന്നായില്ല... അപ്പോ

ഴേക്കും അവളങ്ങ് സ്വന്താക്കി.

ദിവ്യ	: എടീ പോത്തേ, അതിന് മണിക്കുറെന്തിനാ..കേട്ടിട്ടില്ലേ
പഴേ സിനിമാപ്പാട്ട്. ഒരുനിമിഷം തരൂ നിന്നിലലിയാൻ...
അലിഞ്ഞു... ഫസ്റ്റ് ലുക്കിൽത്തന്നെ വിനയേട്ടന്റെ മന
സ്സിൽ ഈ ദിവ്യ കരിങ്കൽക്കുഴി.

ഇടയ്ക്കു കയറി,

കോമ്പസ്	: പക്ഷെ, കുഴിയുണ്ടാക്കാൻ നീയല്പം ലേറ്റായി
പ്പോയി മോളേ... ആ കണ്ണുകൾ ആദ്യം ഉഴിഞ്ഞത്
എന്നെയാ. അല്ലേടീ ധന്യേ.

ധന്യ	: അത് ശര്യാ. പക്ഷേ, ആ ഉഴിയലിൽ തന്റെ കാറ്റ്
പോയി.

മുബീന	: കാറ്റ് മാത്രല്ല

ദിവ്യ	: എന്തായാലും ഒരു കാര്യം ഞാൻ തീരുമാനിച്ചു. വിന
യേട്ടന്റെ കരളുംകൊണ്ടേ സ്കൂളീന്ന് ഞാനെറങ്ങൂ.

കോമ്പസ്	: എന്തിന്? വരട്ടിത്തിന്നാനോ... മാഷിന് ചേർച്ച ഞാനാ
യിട്ടാ... നീ വെറും പുട്ടിൻകുറ്റി.

ദിവ്യ	: നല്ല ഹൈറ്റുള്ള മീശേല്ലാത്ത ഒരാള്ളായിട്ട് ഞാൻ ലൗ
ആവുന്ന് കൈനോട്ടക്കാരൻ വരെ പറഞ്ഞതാ.

ധന്യ	: മതി മതി. തർക്കം വേണ്ട. നമുക്ക് നറുക്കിടാം.

കോമ്പസ്	: ഞാൻ റെഡി.

ദിവ്യയോട്

ധന്യ	: നീയോ?

ദിവ്യ മനസ്സില്ലാമനസ്സോടെ തല കുലുക്കുന്നു
ധന്യ എഴുതാൻ തുടങ്ങുന്നു.

മുബീന	: എന്നാലൊരു നറുക്ക് എന്റേം എഴുതിക്കോ

ദിവ്യ	: യ്യേ... ഒരു ഹിന്ദുനെ കല്യാണം കഴിക്കാൻ നിന്റെ
വാപ്പ സമ്മതിക്കോ.

മുബീന	: സമ്മതിക്കും. ന്റെ വാപ്പ കമ്മ്യൂണിസ്റ്റാ.

ദേഷ്യത്തോടെ ദിവ്യ.

-Cut to-

സീൻ 8 (എ)
ക്ലാസ് മുറി

കഥാപ്രസംഗം ട്രെയിനിംഗ്. വി.ഡി.സിയിൽനിന്ന് തുടക്കം

വി.ഡി.സി   : മന്ദാരപുഷ്പം കൊരുത്തുകൊണ്ടങ്ങനെ...

റമിത   : മന്ദാരപുഷ്പം കൊരുത്തുംകൊണ്ടങ്ങനെ.
മന്ദാകിനി നിന്നു മഞ്ജുളാംഗി

ദൃശ്യം റമിതയിലേക്ക്.

മകളെ സപ്പോർട്ട് ചെയ്ത് താളത്തിൽ ഗഞ്ചിറ വായിക്കുന്ന അമ്മ.

വി.ഡി.സി   : അതേ...മന്ദാരപുഷ്പം കൊരുത്തുകൊണ്ട്, സുന്ദരി യായ വശ്യമനോഹരിയായ മന്ദാകിനി അങ്ങനെ നിൽക്കുകയാണ്.

അവൾ പോസ്റ്റ് ചെയ്യുന്നു.

അതു കറക്ട് ചെയ്തുകൊണ്ട്,

വി.ഡി.സി   : അയ്യോ, അങ്ങനെയല്ല നിൽക്കേണ്ടത്, ഇങ്ങനെയാണ്.

അയാൾ അവളുടെ കൈ പിടിച്ച് പോസ്റ്റ് ചെയ്യിക്കുന്നു.

വി.ഡി.സി   : എന്നിട്ട് മാറിൽ മദനന്റെ സായകമേറ്റവൾ... തൻ പ്രാണനാഥനെ ഓർത്തുനിന്നു.

അവളുടെ നെഞ്ചിൽ അയാളുടെ കൈ ചേർത്തുവെക്കുന്നു.

വി.ഡി.സി : ഇങ്ങിനെ....
   കുട്ടികളുടെ ശബ്ദം
            : എങ്ങിനെ....
അയാൾ ദേഷ്യത്തിൽ നോക്കുമ്പോൾ ജനാല പിടിച്ച് കുട്ടികൾ.
അയാൾ 'പോടാ' എന്നു പറയുമ്പോൾ കുട്ടികൾ താഴെ ചാടുന്നു.
താഴെ ചെളിവെള്ളത്തിൽ വീഴുന്ന കുട്ടികൾ.

-Cut to-

സീൻ 8 (ബി)
കുറുപ്പിന്റെ വീട്
രാത്രി (INT)

ഡൈനിംഗ് ടേബിൾ. പലതരം തൈകൾ വരാന്തയ്ക്ക് താഴെ അടു
ക്കിവെച്ചിട്ടുണ്ട്.

ഭക്ഷണം കഴിച്ചുകൊണ്ടിരിക്കുന്ന കുറുപ്പുമാഷും വിനയചന്ദ്രനും
തമ്പുരാനും.

കുറുപ്പ് : കഴിഞ്ഞകൊല്ലം എഴുപത്തിനാലു പിള്ളേരുണ്ടായി
       രുന്നത് ചുരുങ്ങി ഇപ്പം അമ്പത്തേഴായി.

തമ്പുരാൻ : എങ്ങനെ ചുരുങ്ങാതിരിക്കും. വട്ടപ്പൂജ്യം തലേല്
       വെച്ചല്ലേ വർഷാവർഷം പിള്ളേര് സ്കൂളീന്ന് പെൻ
       ഷൻ വാങ്ങിപ്പോണത്.

കുറുപ്പ് : അന്ന് ആദ്യമായി എസ്.എസ്. എൽ.സി ബാച്ചിലെ
       എല്ലാ കുട്ടികളും തോറ്റപ്പോ നാട്ടുകാര് ആക്ഷൻ
       കമ്മിറ്റിയുണ്ടാക്കി മന്ത്രിക്ക് നിവേദനം കൊടുത്തു.
       എല്ലാ ടീച്ചേഴ്സിനേം കൂട്ടത്തോടെ സ്ഥലംമാറ്റി പുതി
       യവരെ കൊണ്ടുവന്നു.

തമ്പുരാൻ : എന്നിട്ടെന്തായി. കമ്മറ്റിയംഗങ്ങൾ സ്വന്തം മക്കളെ
       മറ്റു സ്കൂളുകളിൽ ചേർത്തതോടെ ആക്ഷനും
       പോയി. റിയാക്ഷനും പോയി. എന്തായാലും വിന
       യൻ മാഷ് കല്യാണം കഴിക്കാഞ്ഞത് നന്നായി.

വിനയൻ : അതെന്താ...

തമ്പുരാൻ : സ്കൂളിൽ പഠിക്കുന്ന മക്കളോട് അച്ഛനെവിടാ

ജോലീന്ന് ചോദിച്ചാ വണ്ണാൻമല ഹൈസ്കൂളെന്നു പറയാൻ പറ്റോ.

അതുകേട്ടുകൊണ്ടു വരുന്ന രാഗിണി.

രാഗിണി : അത്... തമ്പുരാൻ ഞങ്ങക്കിട്ടൊന്ന് തട്ട്യതാണല്ലോ.

വിനയന്റെ പാത്രത്തിൽ ഉപ്പേരി വിളമ്പുന്ന രാഗിണി.

രാഗിണി : സംഗതി സത്യം തന്ന്യാ. ഞങ്ങടെ മോൻ വിഷ്ണു അച്ഛനെവിടാ ജോലീന്ന് ആരെങ്കിലും ചോദിച്ചാ അവൻ സ്കൂളിന്റെ പേര് മാറ്റിയേ പറയൂ.

തമ്പുരാൻ : പിള്ളേർക്കും കാണില്ലേ ചേച്ചീ നാണോം മാനോം ഒക്കെ.

കുറുപ്പ് : ആദ്യത്തെ അപ്പോയിന്റ്മെന്റ് ഇങ്ങനൊരു മോശ പ്പെട്ട സ്കൂളിൽത്തന്നെ ചോദിച്ച് വാങ്ങാ, അതിന്റെ 'കിൽബാനിസം' എന്താന്നാ എനിക്ക് മനസ്സിലാവാ ത്ത്. (ശബ്ദം താഴ്ത്തി) വ്യാജനിയമനം ആണോ ന്നുപോലും ഞാൻ സംശയിച്ചു.

വിനയൻ : എവിടെയാണെങ്കിലും പഠിപ്പിക്കുക എന്നതാണല്ലോ നമ്മുടെ ഡ്യൂട്ടി. മോശപ്പെട്ട സ്ഥലത്തെ, മോശപ്പെട്ട സ്കൂളിലെ മോശപ്പെട്ട കുട്ടികളാവുമ്പോ വളരെ നല്ലത്. ആ കുട്ടികൾ പാസ്സാവുമ്പോഴല്ലേ നമ്മള് ജയി ക്കുന്നത്. അങ്ങനെയൊരു വിജയത്തിന്റ് സുഖം സാറിനൊന്നറിയണ്ടേ? എന്റെ അച്ഛൻ വണ്ണാൻമല മോഡൽ ഹൈസ്കൂളിലെ ഹെഡ്മാസ്റ്ററാണെന്ന് സത്യം പറയാൻ വിഷ്ണുവിനൊരനവസരം കൊടു ക്കണ്ട... വേണ്ടേ സാർ.

കുറുപ്പ് രാഗിണിയെ നോക്കി. രാഗിണി 'ശ്...' എന്ന് ആംഗ്യം കാണി ക്കുന്നു. വേണം എന്ന ഭാവം കുറുപ്പിന്റെ മുഖത്ത്.

-Cut to-

സീൻ 9

ഓടിക്കൊണ്ടിരിക്കുന്ന ബസ്സ്.
ടിക്കറ്റ് കൊടുത്തുകൊണ്ടിരിക്കുന്ന കണ്ടക്ടർ.
ഉച്ചത്തിൽ ഫോണിൽ സംസാരിച്ചുകൊണ്ടിരിക്കുന്ന ചാന്ദ്നിയുടെ ശബ്ദം.

മാണിക്യക്കല്ല്

ശബ്ദം : കേക്കുന്നുണ്ട്... കേക്കുന്നുണ്ട്... ടൗണീന്ന് കിട്ട്യേത് ഒരു തുക്കടാ ബസ്സാ... (ശ്രദ്ധിക്കുന്ന കണ്ടക്ടർ) മുക്കീം മൂളീം എപ്പഴാ എത്താന്നറിയില്ല. (തിരിഞ്ഞു നോക്കുന്ന ഡ്രൈവർ) നീ വെട്ടിപ്പാറേ നിന്നാ മതി. എന്റെ സ്കൂട്ടി അവിടെയാ. എന്താ... ഓ... പെട്രോ ളിന്റെ വില പിന്നേം കൂട്ടില്ലേ. പത്തഞ്ഞൂറ് കുണ്ടും കുഴീം ചാടി വരുമ്പോഴേക്കും തടീം കേടാവും. കീശേം കാലിയാവും. വേണ്ട... വേണ്ട നീ ഇങ്ങോട്ട് വിളിച്ചാ മതി. എന്റെ ഫോണിന്റെ ഔട്ട്ഗോയിംഗ് വർക്ക് ചെയ്യുന്നില്ല.

അസ്വസ്ഥരാകുന്ന യാത്രക്കാർ

ഒരാൾ : ഒന്നു പതുക്കെ സംസാരിക്ക് കൊച്ചേ

ചാന്ദ്നി : അതിന് ചേട്ടന്റെ ചെവിയിലല്ലല്ലോ ഞാൻ പറയണേ.

വീണ്ടും സംസാരിക്കുന്ന

ചാന്ദ്നി : പോടീ... കഴിഞ്ഞ തവണ പറഞ്ഞത് ഫോണീ പൈസെല്ലാന്നാ. അമ്പതുരുപ കേറ്റ്യാ പത്തുദിവസം കഴീമ്പഴേക്കങ്ങ് കാലിയാവും. ഈ മൊബൈൽ കമ്പ നിക്കാർടെ കഴുത്തറപ്പ് എന്നാണാവോ തീരൂാ.

മറ്റൊരാൾ : ഇത് പബ്ലിക് പ്ലെയ്സാണ്. വോളിയം കൊറയ്ക്ക്.

ചാന്ദ്നി : അയ്യോ ചേട്ടാ ഞാൻ വിചാരിച്ചു ഇതു ബസ്സാന്ന്.

അവൾ സംസാരം തുടരുന്നു.

ഒരാൾ : കണ്ടക്ടറേ, ആ സാധനത്തിനെ എടുത്ത് പൊറ ത്തിട്. നേരം കൊറെയായി കാറാൻ തൊടങ്ങീട്.

ചാന്ദ്നി : ഹലോ ഹലോ...

'എക്സ്ക്യൂസ് മി' എന്ന ശബ്ദം കേട്ട് തിരിഞ്ഞുനോക്കുന്ന ചാന്ദിനി. തൊട്ടടുത്ത് വിനയൻ.

ചാന്ദ്നി : എന്താ?

വിനയൻ : മറ്റു യാത്രക്കാർക്ക് ബുദ്ധിമുട്ടുണ്ടാക്കുന്ന വിധത്തിൽ ഈ മൊബൈൽഫോൺ ഉപയോഗിക്കുന്നത് തെറ്റല്ലേ മാഡം.

പ്രത്യേക ടോണിൽ,

ചാന്ദ്നി : മാഡമാ... താനെവിടുത്തുകാരനോ?

വിനയൻ : ഞാനെവിടുത്തുകാരനോ ആയിക്കോട്ടെ, പക്ഷേ

45

ഇത്ര ഉച്ചത്തിൽ സംസാരിക്കാനാണെങ്കിൽ പിന്നെ
ഫോണിന്റെ ആവശ്യം ഇല്ലല്ലോ.

ചാന്ദ്നി   : എന്റെ കാൾ, എന്റെ ഫോൺ, എന്റെ നാക്ക്.

വിനയൻ   : പക്ഷെ, ചെവി ഞങ്ങടെയല്ലേ.

ഒരാൾ   : അതിനോടൊന്നും പറഞ്ഞിട്ട് കാര്യല്ല സാറേ.

ചാന്ദ്നി   : ഇല്ലല്ലോ... എങ്കീ പിന്നെ പറയണ്ട.

അയാൾ   : പോടീ അഹങ്കാരീ...

അതേ ടോണിൽ

ചാന്ദ്നി   : നീ പോടാ അഹങ്കാരാ.

ചിരിച്ചുപോകുന്ന വിനയൻ

വീണ്ടും ഫോണിൽ

ചാന്ദ്നി   : ഹലോ... ഹലോ...

-Cut to-

സീൻ 10
സ്കൂൾ ഗേറ്റ്

*ഐസ്ക്രീം വണ്ടിക്കു ചുറ്റും ദിവ്യ, ധന്യ, അശ്വതി(കോമ്പസ്) തുട
ങ്ങിയവർ. ഐസ് ക്രീം കൊടുക്കുമ്പോൾ ദിവ്യയുടെ കൈയിൽ തൊടുന്ന
പ്രകാശൻ.*

പ്രകാശൻ   : ഒന്നുകൂടി തരട്ടെ...കാൾ വേണ്ട

കോമ്പസ്   : അതെന്താ നിനക്ക് കാൾ വേണ്ടാത്തെ...

*എന്നു പറഞ്ഞ് കോമ്പസ് കൊണ്ട് അവന്റെ കാലിൽ കുത്തുന്ന
അശ്വതി.*

വേദനയോടെ,

പ്രകാശൻ   : യ്യോ.

കോമ്പസ്   : ഇനീം തരട്ടെ. ഇതിനും കാശു വേണ്ട

പെട്ടെന്ന് അവിടെ സ്കൂട്ടിയിൽ വന്നുനിൽക്കുന്ന ചാന്ദ്നി.

            : എന്തായിവിടെ?

ദിവ്യ   : (കളിയാക്കുന്ന ടോണിൽ) ചായ കുടിക്കാൻ വന്നതാ
            ടീച്ചറേ.

രൂക്ഷമായി നോക്കി

മാണിക്യക്കല്ല്

ചാന്ദ്നി   : ഈ ചായ അധികം കുടിക്കല്ലേ. ഐസായിപ്പോകും.
സ്കൂട്ടി ഓടിച്ച് ഗേറ്റിനകത്തേക്ക്.
ശബ്ദമുയർത്തി,
കോമ്പസ്   : മൊട്ടേ... മൊട്ടേയ്.
വണ്ടിനിർത്തി ചാന്ദ്നി തിരിഞ്ഞുനോക്കി,
അവളെ മൈൻഡ് ചെയ്യാതെ ഐസ് നുണഞ്ഞുകൊണ്ട് നടക്കുന്ന
കോമ്പസ്സും സംഘവും.
ചാന്ദ്നി വണ്ടി വിടുന്നു.
ശബ്ദം മാറ്റി,
കോമ്പസ്   : മൊട്ട മൊട്ടയേ...
ചാന്ദ്നി വണ്ടി നിർത്തി കോമ്പസിനെ നോക്കി,
ചാന്ദ്നി   : ഏയ് ഇങ്ങുവാ.
അനുസരണയോടെ നടന്നുചെന്ന് ഭവ്യതയോടെ,
കോമ്പസ്   : എന്താ ടീച്ചറേ?
അവളെ നോക്കി പല്ലുകടിച്ച്,
ചാന്ദ്നി   : പോടീ കോമ്പസ്സേ..
വണ്ടി വിടുന്നു.
കുലുങ്ങിചിരിക്കുന്ന കോമ്പസും സംഘവും.
ഹോണടികേട്ട് തിരിഞ്ഞുനോക്കുമ്പോൾ പ്രകാശൻ ടാറ്റാ പറയുന്നു.
ദിവ്യ അവനെ നോക്കി 'പോടാ' എന്നു പറയുന്നു.
കൈ വീശുമ്പോൾ പുറകെ വരുന്ന വെളുക്കന്റെ മുഖത്തേക്ക് തെറി
ക്കുന്ന ഐസ്ക്രീം.

-Cut to-

സീൻ 10 എ
സ്കൂൾമുറ്റം
വരാന്ത

ചാന്ദ്നിടീച്ചർ സ്കൂട്ടി നിർത്തി ഇറങ്ങുമ്പോൾ അവിടേക്ക് വരുന്ന
കുറുപ്പ്   : ആഹാ യോഗാ ക്യാമ്പ് കഴിഞ്ഞോ ടീച്ചറേ.
ചാന്ദ്നി   : യോഗാ ക്യാമ്പല്ല എച്ചമ്മേ...എയ്റോബിക്സിന്റെ
                     കോഴ്സാ.

കുറുപ്പ്	: അതെന്താണാവോ. എമ്മെ ബീയെ എന്നൊക്കെ പറ യണപോലെ വല്ല...
ചാന്ദ്നി	: ഇതതൊന്ന്വല്ല. മ്യൂസിക്കിന്റെ സഹായത്തോടെ തടി കുറയ്ക്കുന്ന വ്യായാമം.
കുറുപ്പ്	: എന്നാലതൊന്ന് അസീസ് മാഷ്ക്ക് കാണിച്ചുകൊ ടുക്ക്. തടി കുറയുമ്പോ നടുവേദന താനെ പൊക്കോളും. അങ്ങനെയെങ്കിലും ഈ സ്കൂളിന് ടീച്ചറിനെക്കൊ ണ്ടൊരു പ്രയോജനമുണ്ടാകട്ടെ.

കുറച്ച് നടക്കാൻ തുടങ്ങുമ്പോൾ,

ചാന്ദ്നി	: സ്കൂളുകൊണ്ട് ഉപകാരമുള്ളത് എച്ചെമ്മിനല്ലേ

'എന്താ' എന്നു പറഞ്ഞ് തിരിയുന്ന കുറുപ്പ്.

ചാന്ദ്നി	: അല്ല... ഈ സ്കൂളിനേക്കാൾ വല്യ ഗോഡൗൺ വേറെ കിട്ടോ ഫ്രീയായിട്ട് വളം സൂക്ഷിക്കാൻ. വെറുതെ മൂപ്പിക്കല്ലേ.

ഉത്തരം മുട്ടിയ ചിരിയോടെ,

കുറുപ്പ്	: ഓ... രജിസ്ട്രർ മേശപ്പുറത്തുണ്ട്. ഇന്നലത്തേം മിനി ഞ്ഞാന്നത്തേം വേണെങ്കീ നാളത്തേം ഒപ്പിട്ടോളൂ.

സ്റ്റാഫ് റൂമിൽനിന്നും ക്ലാസിലേക്ക് പോകാൻ നടന്നുവരുന്ന വിന യൻ ചാന്ദ്നിയെ കാണുന്നു.

വിനയൻ	: (അത്ഭുതത്തോടെ) ദ്ഹാ.... ഇയാളെന്താ ഇവിടെ?

അതേ അത്ഭുതത്തിൽ,

ചാന്ദ്നി	: താനെന്താ ഇവിടെ.
വിനയൻ	: ബെസ്റ്റ് ചോദ്യം. ഞാനിവിടൊക്കെ തന്ന്യല്ലേ.

ചാന്ദ്നിയുടെ കൈയിലുള്ള കാരിബാഗ് ശ്രദ്ധിച്ച്

വിനയൻ   : ഡയറക്ട് മാർക്കറ്റിംഗിന്റെ ആളാണല്ലേ. സോപ്പ്,
              ചീപ്പ്, കണ്ണാടി ഒന്നും വേണ്ട. വേറെ എന്തൊക്കെ
              യുണ്ട് ഐറ്റംസ്.

നല്ല ദേഷ്യത്തിൽ

ചാന്ദ്നി   : ഞാനിവിടുത്തെ ഡ്രിൽ ടീച്ചറാടോ.

വിനയൻ   : അയ്യോ പി.ടി? ശാന്തടീച്ചർ...

ദേഷ്യത്തിൽ

ചാന്ദ്നി   : ചാന്ത! ശാന്തയല്ല... ചാന്ദ്നി.

ചിരിയോടെ,

വിനയൻ   : ഓ അയ്യോ സോറി.

ദേഷ്യം മാറാതെ തിരിഞ്ഞുനടക്കുന്ന ചാന്ദ്നി.

-Cut to-

സീൻ 10 ബി
സ്റ്റാഫ് റൂം

അധ്യാപകരുടെ ഉത്തരവാദിത്വമില്ലായ്മ സ്റ്റാഫ് റൂം കണ്ടാലറിയാം.
കൂർക്കം വലിച്ചുറങ്ങുന്ന അസീസ് മാഷ്

വി.ഡി.സി. ഒ.ബി.വി   : മാറിൽ മദനന്റെ സായകമേറ്റവൾ, തൻ
പ്രാണനാഥനെ ഓർത്തുനിന്നു.

മൊബൈലിൽ പ്രസംഗം ശ്രദ്ധിക്കുന്ന വി.ഡി.സി.
അസീസ് മാഷുടെ കൂർക്കംവലി

വി.ഡി.സി   : എസ്.കെ. (അസീസ് മാഷെ ഉദ്ദേശിച്ച്) ഇയാളോട്
              അതൊന്ന് ഓഫ് ചെയ്യാൻ പറ. എനിക്കൊരു
              കോൺസൻട്രേഷൻ കിട്ടുന്നില്ല.

ചിരിയോടെ വായന തുടരുന്ന എസ്.കെ.
ചാന്ദ്നി എത്തുന്നു. വിഷ് ചെയ്യുന്നു.

സുന്ദരി   : ടീച്ചറ് വിനയചന്ദ്രൻമാഷെ കണ്ടോ. ഇപ്പഴങ്ങ്ട്ടിറങ്ങ്യ
              തേള്ള്യു.

ചാന്ദ്നി   : ഓ, അയാളോ, ജാഡ പാർട്ടി

സുന്ദരി   : ഏത്...അത് വെറുതെ തോന്നുന്നതാ.

വി.ഡി.സി	: തോന്നല്ല ശര്യന്നാ. ഇത്തിരി ഡിഗ്രി കൂടുതലുണ്ട്. അതിന്റെ വെയിറ്റാ.
എസ്.കെ.	: മുഴുവൻ നേരോം എച്ച്.എമ്മിന്റെ മുറീലാ. ഞങ്ങളൊന്നും പറ്റത്തില്ല കമ്പനിക്ക്.
സുന്ദരി	: വെറുതെ എന്തിനാ എസ്.കെ കുശുമ്പ് പറേണത്. അങ്ങേര് പാവാ.

ചാന്ദ്നിയോട്,

	: ഹാൻസം, ചെറുപ്പം. ഒന്ന് കൊത്തിനോക്ക്.
ചാന്ദ്നി	: കൊത്തും. നല്ല മൂത്ത മാമ്പഴം കണ്ടാൽ. ഇതു വെറും കടുമാങ്ങാ...

ചാന്ദ്നി കാരിബാഗിൽനിന്നും എഗ് ബോക്സ് എടുക്കുന്നു.
അതു കാണുന്ന

സുന്ദരി	: ഇന്നലേം രാധേട്ടൻ ചോദിച്ചു, ചാന്ദ്നി വന്നില്ലേന്ന്. പുള്ളിക്കാരന് നാടൻമുട്ട മാത്രേ പിടിക്കൂ. (എഗ് ബോക്സ് നോക്കി) ഇതു മുഴുവൻ എനിക്കാ.
വി.ഡി.സി	: എനിക്കും വേണം.
ചാന്ദ്നി	: അയ്യടാ വാങ്ങിച്ച മൊട്ടേടെ കാശ് തന്നിട്ടുമതി ഇനി ശരീരം പുഷ്ടിപ്പെടുത്തൽ.

ബോക്സ് സുന്ദരിട്ടീച്ചറുടെ മുന്നിൽ വെക്കുന്നു.

വി.ഡി.സി	: നമ്മള് തമ്മിലെന്തിനാ ടീച്ചറേ കണക്ക്.
ചാന്ദ്നി	: കാശിന്റെ കാര്യത്തില് നമ്മള് കിമ്മള് എന്നൊന്നും ഇല്ല്യ വി.ഡി.സി.
വി.ഡി.സി	: അങ്ങനാണെങ്കിൽ എനിക്കും പറയാനുണ്ട് കണക്ക്.
ചാന്ദ്നി	: എന്ത്?
വി.ഡി.സി	: കഴിഞ്ഞ തവണ തന്ന പന്ത്രണ്ട് മുട്ടേല് മൂന്നെണ്ണം കേടാ.
ചാന്ദ്നി	: അത് വിട്.

ചെവിയിൽ കൈ ചുരുട്ടി കുലുക്കിക്കാണിച്ച്,

	: ഇങ്ങനെ കുലുക്കി നോക്കി കേടില്ലാന്നുറപ്പ് വരുത്തീട്ടെ ഞാൻ മുട്ട കൊണ്ടുവരാറുള്ളൂ.

ബെല്ലടി ശബ്ദം.
ചാടി എണീറ്റ് ബാഗെടുക്കുന്ന അസീസ്.

എസ്.കെ.	: വീട്ടിലേക്ക് പോകാനല്ല മാഷേ, ക്ലാസിലേക്ക് പോകാനുള്ള ബെല്ലാ അടിച്ചത്.

'ഓ' എന്നു പറഞ്ഞ് കസേരയിൽ ഇരിക്കുന്ന അസീസ്.

-Cut to-

സീൻ 11
സുധാകരന്റെ ചായക്കട

ഫുട്പാത്ത് കച്ചവടക്കാരന്റെ ടോണിൽ,

പവനൻ : ഇത് വെറുമൊരു അണ്ടർവെയറല്ല സുഹൃത്തേ... ആ
ഫ്രിക്കൻകാടുകളിൽ മാത്രം വളരുന്ന ആയുർവ്വേദ
ചെടികളിൽനിന്നും ജപ്പാൻ ടെക്നോളജി ഉപയോ
ഗിച്ച് ഡോ: അൽവാനിയ നാനീകോൺ വികസിപ്പി
ച്ചെടുത്ത ആയുർവ്വേദ ജെട്ടിയാണ്....

അടുത്തിരിക്കുന്ന ഉത്തമനോട്,

  : അതേ, മൂലക്കുരുകൊണ്ട് കൊറേ കാലായില്ലേ താൻ
കഷ്ടപ്പെടുന്നേ... ഇതൊന്ന് ഉപയോഗിച്ചുനോക്ക്.

ചായ കുടിച്ചുകൊണ്ടിരിക്കുന്ന,

മുൻഷി : എന്നാലൊരു അണ്ടർവെയർ ഈ സ്കൂളിനിട്ടു
കൊട്... അതിന്റെ കഷ്ടകാലം മാറട്ടെ.

ദേഷ്യത്തിൽ പവനൻ.

അഭിലാഷ് : നീളം വെക്കാനുള്ള ജെട്ടീണ്ടെങ്കി ഒന്ന് കുഞ്ഞച്ചന്
കൊട്.

കറി വിളമ്പുന്നതിനിടയിൽ,

കുഞ്ഞച്ചൻ : അപ്പം ഞാൻ നിന്റെ വല്യച്ചനാകും.

എല്ലാവരും ചിരിക്കുന്നു.

പ്രകാശൻ : പവനൻമാഷെപ്പോലെ ജീവിക്കാൻ പഠിച്ച വേറാ
രുല്ല. വസ്തുക്കച്ചോടം, ജെട്ടിക്കച്ചോടം, എല്ലാം
കഴിഞ്ഞ് സ്കൂളിലെത്ത്യാ ശമ്പളം വേറെ. ഭാഗ്യവാൻ!

സുധാകരൻ : എല്ലാ ലൊട്ടുലൊടുക്ക് എടപാടും ഇപ്പ തീരും.

പവനൻ : അതെന്താ?

സുധാകരൻ : പി.ടി.എ മീറ്റിംഗും സ്റ്റാഫ് മീറ്റിംഗും വിളിച്ച് മാഷമ്മാ
രുടെ സൈഡ് ബിസിനസ്സ് നിർത്തണമെന്ന് പറയ്യാൻ

പോവാ വിനയൻമാഷ്.

പവനൻ : എന്നിട്ടെന്തുണ്ട്ക്കാനാ. എത്ര തലകുത്തി മറിഞ്ഞാലും ഈ സ്കൂൾ ഗതിപിടിക്കില്ല.

സുധാകരൻ : എന്നാ ഇത്തവണ കഥ മാറും. വിനയചന്ദ്രൻ മാഷിന്റെ വരവ് ശുഭലക്ഷണമാ.

മുൻഷി : കുഭ ലക്ഷണം. ഒന്നെങ്കിലും ഈ സ്കൂളീന്ന് പത്തു കടന്നാ... നോക്ക്.

താടീം മീശയും തടവി,

: ഞാനീ താടീം മീശേം പകുതി വടിക്കും.

സുധാകരൻ : ഉറപ്പാണല്ലോ.

മുൻഷി : ഒറപ്പ്. മറിച്ചാണെങ്കിൽ തന്റെ പാതി മീശ പോകും.

-Cut to-

സീൻ 12
സ്കൂൾ

XF എന്നെഴുതിയ നിറം മങ്ങിയ ബോർഡിൽനിന്നും ദൃശ്യം ക്ലാസി നകത്തേക്ക്.

ജൈവവളത്തിന്റെ ചാക്കുകൾ.

രണ്ടുകുട്ടികളുടെ സഹായത്തോടെ ചാക്ക് ചുമലിലേറ്റുന്ന സതീശൻ. അവൻ ചാക്കുമായി തിരിയുമ്പോൾ മുന്നിൽ,

കുറുപ്പ് : (രഹസ്യഭാവത്തിൽ) നാലുമണി കഴിഞ്ഞിട്ട് വന്നാ മതീന്ന് തന്നോട് ഞാൻ പറഞ്ഞിട്ടില്ലേ സതീശാ.

ഇളിഭ്യചിരിയോടെ,

സതീശൻ : ഓ, ഇനി നാലുമണി കഴിഞ്ഞിട്ട് വരാം. പക്ഷേ, പൊക്കിയെടുത്ത് വണ്ടീലിടാൻ മാഷുണ്ടാവണം.

കുറുപ്പ് : ഓ. താനെന്താടോ ഇങ്ങനെയായിപ്പോയത്.

സതീശൻ : ഞാനീ സ്കൂളിലല്ലേ പഠിച്ചത്. മാഷല്ലേ എന്നെ പഠി പ്പിച്ചത്.,

മറുപടി പറയാതെ പുറത്തേക്കിറങ്ങുമ്പോൾ അവിടെ പുഞ്ചിരിയോടെ നിൽക്കുന്ന വിനയചന്ദ്രൻ.

വിനയൻ : ഗുഡ് ആഫ്റ്റർനൂൺ സാർ.

ഇളിഭ്യചിരിയോടെ വിനയനെ ഫെയ്സ് ചെയ്യാതെ, വിക്കി. ഗുഡാ

ഫ്...

കുറുപ്പ്	: വിനയചന്ദ്രനെന്താണാവോ ഈ വഴി?
വിനയൻ	: ഓ ഞാൻ വെറുതെ സ്കൂൾ പരിസരങ്ങളൊക്കെ ഒന്നു കാണാൻ. വൈകുന്നേരം സ്റ്റാഫ് മീറ്റിംഗിന് എന്തെങ്കിലുമൊക്കെ പറേണ്ടേ.

ഉള്ളിൽ അല്പം ഭയത്തോടെ,

കുറുപ്പ്	: സ്റ്റാഫ് മീറ്റിംഗിന് എന്തു പറയാൻ. ഇതൊരു ബിസി നസ്സായിട്ടൊന്നുമല്ല, നമ്മുടെ നാട്ടിലെ പാവപ്പെട്ട കർഷകർക്കൊരു സഹായം.
വിനയൻ	: എന്റെ നാട്ടിലൊരു ചൊല്ലുണ്ട്. മോന്തായം വളഞ്ഞാ...

കള്ളച്ചിരിയോടെ

കുറുപ്പ്	: അറുപത്തിനാലും വളയുന്നല്ലേ... അതിവിടേണ്ട്.
വിനയൻ	: ഉവ്വ്, ഇവിടേയും ഉണ്ട്.

മുന്നോട്ടു നടന്നുപോകുന്ന വിനയചന്ദ്രൻ.

നടക്കുമ്പോൾ, വെറുപ്പോടെ

കുറുപ്പ്	: ഏ! ഇയാളാര് പെരുന്തച്ചനോ... മോന്തായം നന്നാ ക്കാൻ.

-Cut to-

സീൻ 13

ക്ലാസ് മുറി

സ്റ്റാഫ് മീറ്റിംഗ്

മൊബൈൽഫോണിൽ എസ്.എം.എസ് അയയ്ക്കുന്ന സുന്ദരിടീച്ച റിൽ തുടങ്ങുന്ന ദൃശ്യം.

സുന്ദരിടീച്ചറുടെ അടുത്ത് വി.ഡി.സി, പവനൻ, എസ്.കെ, അസീ സ്... പുറകിൽ തമ്പുരാൻ. അവർക്ക് മുന്നിൽ കുറുപ്പുമാഷുടെ അരികി ലായി നിൽക്കുന്ന വിനയചന്ദ്രൻ സംസാരിക്കുകയാണ്.

വിനയൻ	: മന്ത്രിക്കും പൊതുജനവിദ്യാഭ്യാസ ഡയരക്ടർക്കും ഒരു നിവേദനം കൊടുത്തുന്ന് വെച്ച് പെട്ടെന്നൊരു പരിഹാരണ്ടാകുന്ന് ഞാൻ കരുതുന്നില്ല. എങ്കിലും നമ്മുടെ സ്കൂളിന്റെ ദയനീയാവസ്ഥ അവരെ അറി

യിക്കണം. വീടുകൾതോറും ചെന്ന് രക്ഷാകർത്താ
ക്കളെ കണ്ട് കുട്ടികളെ സ്കൂളിലേക്കയയ്ക്കാൻ
നിർബന്ധിക്കണം.

പവനൻ   : ഹ! എന്നുവെച്ചാ പിള്ളേരുപിടിത്തത്തിനിറങ്ങണെന്ന്.
വി.ഡി.സി   : പിള്ളേര് കുറയുമ്പോ പുതിയ മാഷിന്റെ ശമ്പളം കുറ
                 യുന്ന പേടി വേണ്ട. ഇത് സർക്കാർ സ്കൂളാ.

പെട്ടെന്നെന്തോ ഓർത്ത് ശബ്ദം കുറച്ച് സുന്ദരിയോട്,

വി.ഡി.സി   : പിള്ളേർടെ കാര്യം പറഞ്ഞപ്പോഴാ... രാധാകൃഷ്ണൻ
                 വന്നിട്ട് അഞ്ചാറുമാസായില്ലേ. എന്തെങ്കിലും പ്രോഗ്ര
                 സ്സുണ്ടോ.

നാണത്തോടെ,

സുന്ദരി   : ഒന്നു പോ മാഷേ...
കുറുപ്പ്   : സൈലൻസ്.
എസ്.കെ.   : കുട്ടികൾ കൊഴിഞ്ഞുപോകുന്നത് അത്ര വല്യ ആന
                 ക്കാര്യമൊന്നുമല്ല. വരുന്നോരെ പഠിപ്പിക്ക്യാ...നഷ്ട
                 ത്തിൽ പ്രവർത്തിക്കുന്ന ഇതുപോലുള്ള സ്കൂളുകൾ
                 അടച്ചുപൂട്ടണമെന്നാ എന്റഭിപ്രായം.
ചാന്ദ്നി   : (രഹസ്യത്തിൽ സുന്ദരിയോട്) ഇയാക്കെന്തും പറയാ
                 ലോ. പ്രൊട്ടക്ട് ചെയ്യാനാളുണ്ടല്ലോ.
വി.ഡി.സി   : കൊള്ളാവുന്ന ഏതെങ്കിലും പേരന്റിനോട്, നിങ്ങ
                 ളുടെ കുട്ടിയെ വണ്ണാൻമല എച്ച്എസ്സിൽ ചേർക്കു മോ
                 എന്ന് ചോദിച്ചാ ഉണ്ടാകുന്ന പ്രതികരണം തൃശൂർപൂ
                 രത്തിന്റെ വെടിക്കെട്ട് പോലിരിക്കും.

എല്ലാവരും ചിരിക്കുന്നു.
വി.ഡി.സി സുന്ദരിയോട് ശബ്ദം കുറച്ച്,

             : വെടിക്കെട്ട്ന്ന് പറഞ്ഞപ്പോഴാ ഓർത്തത്...
സുന്ദരി   : വി.ഡി.സി ഒന്നും ഓർക്കണ്ട...പ്ലീസ്.
പവനൻ   : വണ്ണാൻമലക്കാരുടെ ഭൂമിശാസ്ത്രമറിയാത്തതു
                 കൊണ്ടാ വിനയചന്ദ്രൻമാസ്റ്റർ ഇങ്ങനെയൊക്കെ പറ
                 യുന്നത്.

ചെറിയ ചിരിയോടെ,

വിനയൻ   : ഭൂമിശാസ്ത്രം. അത് കുറച്ചൊക്കെ എനിക്കറിയാം
                 പവനൻമാഷേ.
ചാന്ദ്നി   : ഇയാളാര് ഭൂമിയോളജിസ്റ്റോ?

എല്ലാവരും ചിരിക്കുന്നു.

വിനയൻ : തെക്ക് പാലിയം മുനിസിപ്പാലിറ്റി, വടക്ക് ചാവക്കര പഞ്ചായത്ത്, പടിഞ്ഞാറ് വണ്ണാത്തിപ്പുഴ, 16 വാർഡു കളിലായി മൊത്തം ജനസംഖ്യ ഇന്നേക്ക് 23,612.

അന്തംവിടുന്ന പവനൻ.

: ഇനി ചരിത്രം. 1864-ൽ വില്യം ലോഗൻ മലബാർ കല ക്ടറായിരുന്നപ്പോ സുഹൃത്തായ ജോർജ് ഇമ്മാനു വൽ പ്രകൃതിരമണീയമായ ഈ സ്ഥലം വാങ്ങിക്കു കയും ഇവിടെ വീടുവെച്ച് ഭാര്യയോടൊപ്പം താമസം തുടങ്ങുകം ചെയ്തു. മക്കളില്ലാതിരുന്ന ജോർജ് ഇമ്മാ നുവലും ഭാര്യയും പല ജാതി മതങ്ങളിൽനിന്നും പാവപ്പെട്ട കുട്ടികളെ ദത്തെടുത്തു പഠിപ്പിച്ചു. ആദ്യം ഒരു എൽ.പി.സ്കൂൾ, പിന്നെ കാലാകാലങ്ങളിലായി അത് അപ്ഗ്രേഡ് ചെയ്യപ്പെട്ട് ഹൈസ്കൂൾ വരെയാ യി. ഒടുവിൽ കുട്ടികളുടെ സ്ട്രെങ്ത് അയ്യായിര ത്തിൽ ഏറെയായപ്പോൾ എൽ.പി, യുപി സെക്ഷനു കൾ വേർപെടുത്തി.

കുറുപ്പിനെ നോക്കി,

: ശരിയല്ലേ സാർ...

അന്തംവിട്ട് കേട്ടുകൊണ്ടിരിക്കുന്ന,

കുറുപ്പ് : ഉ്ഹാ...അതെ അതെ.
വിനയൻ : ഇതൊക്കെ അറിയാൻ....

ഒന്ന് നിർത്തി ചാന്ദ്നിയെ നോക്കി,

: ഭൂമിയോളിസ്റ്റൊന്നും ആവണമെന്നില്ല. എട്ടാംക്ലാസ്

വിദ്യാർത്ഥിക്കു വേണ്ട മിനിമം ചരിത്രബോധം മതി.

പവനൻ : ചരിത്രം പറഞ്ഞിട്ടൊന്നും കാര്യമില്ല മാഷേ. ഒരിക്കലും നന്നാവരുതെന്ന് തീരുമാനിച്ച പിള്ളേര് മാത്രാ ഇവിടെ വരുന്നത്.

വിനയൻ : പക്ഷേ, നമ്മൾ അധ്യാപകർ അങ്ങനെ തീരുമാനിക്കാൻ പാടുണ്ടോ. പരീക്ഷ എഴുതിയ മുഴുവൻ കുട്ടികളും തോറ്റിട്ടുണ്ടെങ്കിൽ അത് നമ്മുടെകൂടെ തോൽവിയാണ്. നമ്മൾ നമ്മുടെ കടമ മറക്കുമ്പോൾ പാഴായിപ്പോവുന്നത് ഒരു തലമുറയാണ്. ഒരു കുട്ടി വഴി പിഴയ്ക്കുമ്പോൾ തകരുന്നത് ഒരു കുടുംബമാണ്. നന്നാവില്ല എന്ന് തീരുമാനിച്ചെത്തുന്ന ഈ കുട്ടികളെ നന്നാക്കാൻ നമുക്കൊന്ന് ശ്രമിച്ചുകൂടേ.

ഇപ്പോൾ തമ്മിൽത്തമ്മിലുള്ള പിറുപിറുപ്പ് കേൾക്കാം.

എസ്.കെ : എന്തൊക്കെ പറഞ്ഞാലും നമ്മുടെ പ്രൊഫഷന് ഒരു ഡിഗ്നിറ്റിയുണ്ട്. വിനയചന്ദ്രൻ അതോർക്കണം.

വിനയൻ : സ്വന്തം മക്കളെ ജോലി ചെയ്യുന്ന സ്കൂളിൽ ചേർക്കാതെ ഇംഗ്ലീഷ് മീഡിയം സ്കൂളിൽ ചേർത്തതിന്റെ പേരിൽ യൂണിയൻ പ്രസിഡണ്ട് സ്ഥാനം ഒഴിയേണ്ടി വന്ന എസ്.കെ സാറിന്റെ എത്തിക്സാണ് പ്രൊഫഷണൽ ഡിഗ്നിറ്റിയെങ്കിൽ ക്ഷമിക്കണം. എനിക്കത് വേണ്ട.

തെല്ലൊരത്ഭുതത്തോടെ വിനയചന്ദ്രനെ നോക്കുന്ന എസ്.കെ.

അസീസ് : ഇതൊക്കെ ഇയാളെങ്ങനെ അറിഞ്ഞു.

എഴുന്നേറ്റ് നിന്ന്

പവനൻ : മതി മാഷേ, പുരപ്രം തുത്ത് മുറ്റം വൃത്തികേടാക്കണ്ട. വാങ്ങുന്ന ശമ്പളത്തിന്റെ പണിയൊക്കെ ഞങ്ങളും ചെയ്യുന്നുണ്ട്.

ചിരിയോടെ, തമാശയായി

വിനയൻ : നിങ്ങള് ചെയ്യുന്നുണ്ട്, വസ്തുക്കച്ചോടോം ആൾക്കാരെ പറ്റിക്കുന്ന സാനിക്കോൺ മാർക്കറ്റിംഗും.

എല്ലാവരും ചിരി.

ഉത്തരംമുട്ടുന്ന പവനൻ.

വിനയൻ : പിന്നെ ജോലീടെ കാര്യം. ജൂൺ തൊട്ട് മാർച്ച് വരെ 304 ദിവസങ്ങൾ. ഇതിൽ കലണ്ടറിലെ ചുവന്ന അക്ക

ങ്ങളും അവധികളും ഒഴിച്ചാൽ 195 വർക്കിംഗ് ഡേയ്സ്. ദിവസക്കൂലി കണക്കാക്കിയാ ഒരു ദിവസ ത്തേക്ക് ഏകദേശം ആയിരം രൂപ. അതിൽ 100 രൂപ യുടെ ജോലിയെങ്കിലും നമ്മൾ ചെയ്താ മതി. സർക്കാർ വക മാർക്കും ചേർത്ത് ഈ കുട്ടികൾ പുഷ്പംപോലെ പാസാവും.

ചാടിയെഴുന്നേറ്റ് പൊട്ടിത്തെറിച്ചുകൊണ്ട്,

എസ്.കെ.   : നിർത്തെടോ! താനാര് തുള്ളക്കോ.. ഞങ്ങളെ മൊത്ത മായങ്ങ് പരിഷ്ക്കരിക്കാൻ.

കുറുപ്പിനോട്,

                 : ഇയാൾടെ കഥാപ്രസംഗം കേൾപ്പിക്കാനാ എച്ച്.എം ഞങ്ങളെ വിളിച്ചിരുത്തേയ്ത്.

ഉത്തരമുട്ടുന്ന കുറുപ്പ്.

വി.ഡി.സിയോടും മറ്റുമായി,

എസ്.കെ   : വാടോ.

എല്ലാവരും എഴുന്നേറ്റുപോകുന്നു.

കുറുപ്പ് എഴുന്നേൽക്കാൻ ശ്രമിച്ച് വീണ്ടും അവിടെത്തന്നെ ഇരുന്നു.

തെല്ല് വിഷമമമുണ്ടെങ്കിലും ആത്മവിശ്വാസത്തോടെ നിൽക്കുന്ന വിനയചന്ദ്രൻ.

എഴുന്നേറ്റ് അടുത്തേക്ക് വന്നുകൊണ്ട്,

കുറുപ്പ്   : ജോലി ചെയ്യാതിരിക്കാൻ ഇവന്മാരെല്ലാം ഒറ്റക്കെട്ടാ ണെന്ന് വിനയചന്ദ്രന് ഇപ്പ മനസ്സിലായില്ലേ... താനൊ റ്റപ്പെടേള്ളൂ.

എഴുന്നേറ്റ് അടുത്തുവന്നുകൊണ്ട്,

തമ്പുരാൻ   : നോ നോ. അതു ഞാൻ സമ്മതിക്കില്ല. മാഷിന്റെ കൂടെ ഞാനുണ്ട്.

കുറുപ്പിന്റെയും വിനയചന്ദ്രന്റെയും കൈ കൂട്ടിപ്പിടിച്ച്

തമ്പുരാൻ   : ഞാൻ തീരുമാനിച്ചുകഴിഞ്ഞു. ഞാനെന്റെ സ്വന്തം മക്കളെ ഇവിടെത്തന്നെ പഠിപ്പിക്കും. ഇത് സത്യം.. സത്യം.. സത്യം.

കുറുപ്പ്   : (അത്ഭുതത്തോടെ) അതിന് തനിക്ക് മക്കളില്ലല്ലോ.

അവരുടെ കൈ വിട്ട് ഗൗരവത്തോടെ,

തമ്പുരാൻ   : ഉണ്ടായാലുള്ള കാര്യാണ് പറഞ്ഞത്.

മുന്നോട്ടു നടന്നുപോകുന്ന തമ്പുരാൻ.

എം.മോഹനൻ

നോക്കിനിൽക്കുന്ന കുറുപ്പും വിനയനും. വിനയൻ ചിരിക്കുന്നു.

-Cut to-

സീൻ 14
ചാന്ദനിയുടെ വീട്
പകൽ (INT)

അരിക്കുടുക്കയിൽ(മൺകുടുക്ക)നിന്നും എടുത്ത മുട്ട ചെവിക്കുനേരെ പിടിച്ച് കുലുക്കിനോക്കുന്ന ചാന്ദനി. അത് എഗ്ബോക്സിൽ വെക്കുന്നു.

കണ്ടുനിൽക്കുന്ന,

അമ്മ : ഇത്രേം ശ്രദ്ധ പഠിപ്പിൽ കാണിച്ചിരുന്നെങ്കിൽ, വിസിലും ഊതിക്കൊണ്ട് പിള്ളേരുടെ പിറകെ എന്റെ മോക്ക് ഓടേണ്ടി വരില്ലായിരുന്നല്ലോ.

ചാന്ദനി : എന്റെ വിലാസിനിക്കൊച്ചേ ഇതല്ലേ സുഖം. എട്ടിലും ഒമ്പതിലും ആയിട്ട് പത്തുമുപ്പതു പിള്ളേര്. അറ്റൻ ഷൻ, സ്റ്റാന്റീസ്... എന്നിങ്ങനെ നാലഞ്ച് ഡയലോഗ് വിട്ടാപ്പോരേ.

ബോക്സ് ബാഗിൽ വെക്കുന്നു.

ചാന്ദനി : മറ്റ് സബ്ജക്ടാവുമ്പോ ടീച്ചിംഗ് നോട്ട്, പേപ്പർ വാല്വേ ഷൻ. ഗുലുമാല് പിടിച്ച പണി. വീട്ടിലെത്ത്യാലും തീരില്ല.

ഉമ്മറത്തേക്കിറങ്ങുന്നു.

കോഴികളുടെ കലപില ശബ്ദം. അതു ശ്രദ്ധിച്ച്,

ചാന്ദനി : തീറ്റ തീർന്നോ?

ദേഷ്യത്തിൽ നോക്കുന്ന അമ്മ.

ചാന്ദനി : നിന്റെ ഈ കോഴിക്കൃഷീം മുട്ടക്കച്ചോടോം ഒക്ക എന്നാ അവസാനിപ്പിക്ക്യാന്നല്ലേ ഈ നോട്ടത്തിന്റെ അർത്ഥം?

അമ്മയുടെ അടുത്ത് വന്ന്.

ചാന്ദനി : ഇതുങ്ങടെ കലപില ശബ്ദം കേട്ടില്ലെങ്കി എന്റെ വിലാ

സിനിക്കൊച്ചിന് ഉറക്കം വരോ.

അമ്മ   : വടക്കേപ്പാടത്തെ ശാന്തേടത്തി വരെ ചോദിച്ചു, സ്ത്രീ
             ധനം കൊടുക്കാൻ കാശില്ലാത്തതുകൊണ്ടാ മോള്
             കോഴിക്കൃഷി ചെയ്യുന്നേന്ന്.

ചാന്ദ്നി   : അതു ശരി. ആ ചാന്തേടത്തി വെച്ച വെടി കൊണ്ടിട്ടാ
             എന്റെ കൊച്ചിന്റെ മുഖത്തീ മഴക്കാറ്.

*ബാഗ് തുറന്ന് എഗ് ബോക്സ് എടുത്ത് അമ്മയുടെ കൈയിൽ കൊടു
ത്തു.*

ചാന്ദ്നി   : ഇനി ഈ മൊട്ടകൊണ്ട് ആ ചാന്ത പേരക്കുട്ടികളെ
             കൊഴുപ്പിക്കണ്ട.

അമ്മ   : നീയെന്നും കൊടുക്കുന്നതല്ലേ. അവരെന്തു വിചാ
             രിക്കും...

ചാന്ദ്നി   : എന്തു വേണെങ്കിലും വിചാരിച്ചോട്ടെ. ഇതാ വി.ഡി.
             സിക്കും സുന്ദരിടീച്ചർക്കും കൊടുത്താ അമ്പതു
             പൈസ കൂടുതൽ കിട്ടും. ഞാനിത്തിരി കാശുണ്ടാ
             ക്കുന്ന കുശുമ്പാ. ആയമ്മയ്ക്ക് സമ്പാദിച്ചുകൊടു
             ക്കാൻ ഒരു പൊട്ടൻ ഗൾഫീ കെടന്ന് വെയിലുകൊ
             ള്ളുന്നുണ്ടല്ലോ. (മുറ്റത്തേക്കിറങ്ങുന്ന ചാന്ദ്നി. പിറ
             കിൽ അമ്മ.) ഇവിടാരാ ഉള്ളത്. ഒരുത്തന്റെ കൂടെ
             എന്നെ പറഞ്ഞയക്കാൻ ഞാൻതന്നെ വേണ്ടേ... ഒരു
             കല്യാണാവുമ്പം എന്താ ചെലവ്! സ്വർണവില
             റോക്കറ്റിനേക്കാൾ സ്പീഡിലാ കേറണേ. ഈ നീളൻ
             കൈ തികയ്ക്കാൻതന്നെ എത്ര വള വേണം.

ചാന്ദ്നി ചിരിക്കുന്നു.
ചിരിക്കുന്ന അമ്മയുടെ മുഖത്ത് നേരിയ വിഷമം.
മുറ്റത്ത് ടർക്കിക്കോഴികൾ... സ്കൂട്ടിയിലേക്ക് കയറുന്ന ചാന്ദ്നി.

-Cut to-

സീൻ 15
വഴി
പകൽ

സൈക്കിൾ ചവിട്ടുന്ന വിനയൻ. പുറകിൽ തമ്പുരാൻ.
എതിരെ വരുന്ന ചാന്ദ്നി സ്കൂട്ടി നിർത്തുന്നു.

ചാന്ദ്നി : ആഹാ. തമ്പുരാനും വാധ്യാരും പിള്ളേര് പിടിത്തത്തിന്
ഇറങ്ങിയതായിരിക്കും. ചാക്കെടുത്തിട്ടുണ്ടല്ലോ ല്ലേ?

വണ്ടിയിൽ വെച്ച സഞ്ചിയിൽനിന്നും പുറത്തേക്ക് നോക്കുന്ന
കോഴികളെ കണ്ട് അതു നോക്കി,

വിനയൻ : ഭൂമിയോളജിസ്റ്റ് കുട്ട്യോളേം സഞ്ചീലാക്കി എങ്ങോട്ടാ?

ചാന്ദ്നി : ബ്യൂട്ടീപാർലറിലേക്കാ. ഇവരെ ഒന്ന് ഫേഷ്യല് ചെയ്യി
ക്കണം.

വിനയൻ : അങ്ങനെയാണെങ്കി അവരുടെ കൂട്ടത്തില് ടീച്ചറുകൂടി
ഒന്നു ചെയ്തേക്ക്. മുഖത്തിന് വല്ലാത്തൊരു വാട്ടം.

തമ്പുരാൻ : ഫേഷ്യല് ചെയ്യുമ്പം സൂക്ഷിച്ച് ചെയ്യണം ടീച്ചറേ.
പണ്ടൊരു ഫേഷ്യല് ചെയ്തപ്പോ ക്രീം മാറിപ്പോയതാ
ഞാനീ കളറായിപ്പോയത്.

ചാന്ദ്നിയെ കടന്നുപോകുന്ന വിനയനും തമ്പുരാനും.
സ്കൂട്ടിയിലുള്ള കണ്ണാടിയിൽ നോക്കി മുഖം തടവുന്ന ചാന്ദ്നി.

-Cut to-

സീൻ 15 എ
അരുണിന്റെ വീട്
മുറ്റം -പകൽ

കുനിഞ്ഞുനിന്ന് കൊടുവാൾകൊണ്ട് ഓലമടൽ വെട്ടുന്ന ശാരദ.
മുറ്റത്തേക്ക് വന്നുകൊണ്ട്,

തമ്പുരാൻ : ഇവിടാരൂല്ലേ....

നിവർന്നുനിന്ന്,

ശാരദ : ഒരാളിവിടെ പനപോലെ നിക്കുന്നത് താൻ കാണു
ന്നില്ലേടോ?

തമ്പുരാൻ : നമസ്കാരം. ഇത് അരുണിന്റെ വീടല്ലേ.

ശാരദ : അല്ലാ, ഇതെന്റെ വീടാ.

വിനയത്തോടെ

വിനയൻ	: അരുൺ ഇവിടെയല്ലേ താമസിക്കുന്നത്...

വിനയനെ ഒന്നുഴിഞ്ഞുനോക്കി,

ശാരദ	: ഉം. ഞാനവന്റെ അമ്മയാ.
വിനയൻ	: അരുൺ ഇതുവരെ സ്കൂളിൽ എത്തിയിട്ടില്ല.
തമ്പുരാൻ	: ഞങ്ങളവനെ വിളിക്കാൻ വന്നതാ.

ദേഷ്യത്തിൽ

ശാരദ	: അയ്യടാ! ആ പൂതി മനസ്സിലിരിക്കത്തേള്ളൂ. പണിയെ ടുത്ത് പത്തുകാശ് കൊണ്ടത്തരുന്ന ചെക്കനാ. സ്കൂ ളിൽ കൊണ്ടോയി വെടക്കാക്കാൻ ഞാൻ സമ്മതി ക്കത്തില്ല.
തമ്പുരാൻ	: അത് അമ്മച്ചീ....
ശാരദ	: ഫ! എറങ്ങിപ്പോടാ എരപ്പേ...ഒരു മാഷന്മാര്!

-Cut to-

സീൻ 15 ബി

വഴി

നിർത്തിയിട്ട സൈക്കിളിനടുത്തേക്ക് വരുന്ന വിനയനും തമ്പുരാനും

തമ്പുരാൻ	: വി.ഡി.സി പറഞ്ഞപോലെ ഇതു സാമ്പിൾ വെടി ക്കെട്ടാ. നമുക്കൊരു കാര്യം ചെയ്താലോ മാഷേ..
വിനയൻ	: ങും?

തമ്പുരാൻ	: വർക്ക് നിർത്തി തിരിച്ചുപോകാം. ഇതൊരു ചപ്പളാച്ചി പരിപാടിയാ.
വിനയൻ	: ദാരിദ്ര്യമാണ് തമ്പുരാൻചേട്ടാ അവരെക്കൊണ്ട് ഇങ്ങ നെയൊക്കെ പറയിച്ചത്. അല്ലാതെ ആ പാവത്തിന് നമ്മളോടെന്തെങ്കിലും ദേഷ്യമുണ്ടായിട്ടാണോ...
തമ്പുരാൻ	: സംഗതി ശരിയാണ്. പക്ഷേ,
വിനയൻ	: ഒരു 'ക്ഷേ' യുല്ല, നമുക്കെല്ലാ വീട്ടിലും പോണം. തെറി കെട്ടാലും പഴി കേട്ടാലും....

ഇടതുചെവിയിൽ തൊട്ട്

      : ഇതിലൂടെ കേട്ട്...

വലതുചെവിയിൽ തൊട്ട്

      : ഇതിലൂടെ വിട്ടേക്കണം. ഒരു കുട്ടിയെയെങ്കിലും തിരിച്ച് സ്കൂളിലേക്ക് കൊണ്ടുവരാൻ കഴിഞ്ഞാ അതൊരു നേട്ടം തന്ന്യല്ലേ.

തമ്പുരാൻ സന്തോഷത്തോടെ,

തമ്പുരാൻ	: എന്നാ നമുക്ക് അതിലൂടെ വിടാം. അവിടാ അഭിജി ത്തിന്റെ വീട്. ചെറുക്കൻ മിക്കവാറും തന്തേടെ കൂടെ ചെണ്ട കൊട്ടാൻ പോയിട്ടുണ്ടാവും.

-Cut to-

സീൻ 15 സി

സോങ്

മേലെ മാനത്തെ.....

ചെണ്ടകൊട്ടിനു പോയ അഭിജിത്തിന്റെ രക്ഷാകർത്താവിനെ കാണു ന്നു.

കുട്ടികളെ സ്കൂളിലേക്കയക്കാൻ രക്ഷിതാക്കളെ കാണുന്ന വിനയ ചന്ദ്രന്റെയും തമ്പുരാൻമാഷിന്റെയും വിവിധ ദൃശ്യങ്ങൾ. ഇറച്ചിക്കട യിലും മത്സ്യക്കടയിലും ജോലിക്ക് നിൽക്കുന്ന കുട്ടികളുടെ അടുത്ത് അവർ പോകുന്നു. കുട്ടികളുമൊത്ത് പരിസരം വൃത്തിയാക്കുന്ന വിനയ ചന്ദ്രൻ. സ്കൂൾ പറമ്പിൽ കുട്ടികളോടൊപ്പമുള്ള വാഴക്കൃഷി, സ്കൂൾ ശുചിയാക്കൽ, സ്കൂൾ ചുമർ വെള്ളപൂശൽ. അതിനിടയിലുണ്ടാകുന്ന രസകരമായ ദൃശ്യങ്ങൾ. ഗാനം തീരുമ്പോഴേക്കും വൃത്തിയായ സ്കൂൾ.

ഇപ്പോൾ പൗൾട്രി ഫാം ആയി മാറിയ വിക്ടറി കോളേജിൽനിന്നും കുട്ടിയെ പിടിക്കുന്നു. പാലക്കാടൻ വേലയ്ക്ക് കരി പൂശിയ കുട്ടികൾ തമ്പുരാനെ പോടാ എന്നു വിളിക്കുന്നു. നാട്ടിലെ ക്ലബ്ബുമായി ചേർന്ന വിനയന്റെ പരിഷ്കാരങ്ങൾ.

സീൻ 15 ഡി
(Song end)

പുതിയ പെയിന്റടിച്ച് വൃത്തിയായ സ്റ്റാഫ് റൂമിൽ ചാന്ദ്നിടീച്ചർ, അസീസ് മാഷ്, എസ്.കെ. വി.ഡി.സി തുടങ്ങിയവർ. അത്ഭുതത്തോടെ ചുറ്റും നോക്കുന്ന ചാന്ദ്നിടീച്ചർ

വി.ഡി.സി   : ഇതാകെ മാറിപ്പോയല്ലോ. ഇത് നമ്മുടെ സ്റ്റാഫ് റൂം തന്ന്യാണോ.

അതു സമ്മതിച്ചുകൊണ്ട്,

അസീസ് മാഷ്   : കൊള്ളാം.

-Cut to-

സീൻ 15 ഇ

അസീസ് മാഷ് ഹാജർ വിളിക്കുന്നു.
കുട്ടികൾ എഴുന്നേറ്റുനിന്ന് പ്രസന്റ് (ഹാജർ) പറയുന്നു.
ഫേഡ് ഇൻ ചെയ്തു വരുന്ന ദൃശ്യം.
ടീച്ചറിലേക്ക്.
ടീച്ചർ 'മനു' എന്നു വിളിക്കുന്നു.
ഉത്തരമില്ല.
വീണ്ടും.

സീൻ 15 എഫ്
പുഴക്കര

പുഴക്കരയിൽ തോണിയിൽ വരുന്ന രണ്ടുകുട്ടികളുടെ നിഴൽരൂപ ങ്ങൾ. അതിലൊന്ന് മനുവാണെന്ന് അടുത്തുവരുമ്പോൾ കാണാം. ആ ദൃശ്യത്തിനു മേലെ...

തമ്പുരാൻ(OBV) : കള്ളവാറ്റുകാരൻ കരിങ്കൽക്കുഴി കരുണന്റെ സിൽബ
           സ്ഡിയാ ഈ ചെറുക്കൻ.

പുഴയോടു ചേർന്നുള്ള ഒറ്റയടിപ്പാത. നടന്നുവരുന്ന തമ്പുരാൻ, വിന
യൻ മാഷ്.

തമ്പുരാൻ   : ഈ നാട്ടിലെ ഒരേ ഒരു കള്ളവാറ്റുകാരനാ കരി
           ങ്കൽക്കുഴി കരുണൻ. കരുണന്റെ പുഴ വഴിയുള്ള ചാരാ
           യക്കച്ചവടത്തിന്റെ താക്കോലാ ഈ ചെറുക്കൻ.
           കൈയും കാലും കെട്ടി കടലിലെറിഞ്ഞാലും പുല്ലു
           പോലെ നീന്തി വരും. ഒന്നിനേം പേടീല്ലാത്ത വിചിത്ര
           ജന്മം.

-Cut to-

സീൻ 16
പുഴക്കര

കരയിലേക്ക് അടുത്തുകൊണ്ടിരിക്കുന്ന തോണിയിൽനിന്നും ചാടി
യിറങ്ങുന്ന മനു. തോണിയിൽ കെട്ടിയ കയറഴിച്ച് വലിക്കുന്നു. വെള്ള
ത്തിൽനിന്നും ഉയർന്നുവരുന്ന കന്നാസുകൾ. നോക്കിനിൽക്കുന്ന ഗോപാ
ലനും കുട്ടനും.

കുട്ടനോട്,

ഗോപാലൻ   : കണ്ടുപഠിക്കെടൊ മൊട്ടേന്ന് വിരീംമുമ്പ് കാശുണ്ടാക്കു
           ന്നത്.

കന്നാസുകൾ വലിച്ചടുപ്പിക്കുന്ന മനു.
ഗോപാലൻ കുട്ടനോട്,

ഗോപാലൻ   : ഇളിച്ചുനിൽക്കാതെ എടുത്ത് വെക്ക്.

കുട്ടൻ കന്നാസുകൾ എടുക്കുന്നു.

കയറു ചുറ്റിക്കൊണ്ട് മനു പെട്ടി ഓട്ടോയിൽ കന്നാസുകൾ അടു
ക്കുന്നു അതിനുമീതെ വാഴക്കുലകൾ അടുക്കിവെക്കുന്നു.

മനു   : വേഗം വിട്ടോ. പുതിയ ഇൻസ്പെക്ടർ ഇത്തിരി
           പെശകാ.

അവന്റെ ചുമലിൽ കൈ വെച്ച്,

ഗോപാലൻ   : ചാരായക്കടത്തിൽ നീയൊരു കിടിലം ഐറ്റം തന്നെ,
           സമ്മതിച്ചിരിക്കുന്നു.

ഗോപാലന്റെ കൈ മാറ്റി തറപ്പിച്ചുനോക്കി തോണിയിലേക്ക് കയ
റുന്ന മനു.

ഗോപാലൻ   : കരിങ്കൽക്കുഴ്യായിട്ട് തന്റെ എടപാടെങ്ങന്യാ...

വിരലുകൊണ്ട് നോട്ട് എണ്ണുന്ന ആംഗ്യത്തിൽ.

                       : ശമ്പളായിട്ടോ കമ്മീഷനായിട്ടോ

മനു   : അപ്പം തിന്നാ മതി, കുഴിയെണ്ണണ്ട.

ചിരിച്ചുകൊണ്ട്,

ഗോപാലൻ   : അല്ലെടാ ചെക്കാ. നീ സ്കൂളിലൊന്നും പോണില്ലേ

മനു   : (പുച്ഛത്തിൽ) എന്റെ പട്ടി പോകും.

-Cut to-

സീൻ 16 എ

പുഴയുടെ മറുകര

മുട്ടുകാലിൽ ഇരിക്കുന്ന തമ്പുരാനിൽനിന്നും തുടക്കം.
തോണിയിൽനിന്നിറങ്ങി വരുന്ന മനുവിനെ കണ്ട് എഴുന്നേൽക്കുന്ന
തമ്പുരാൻ.

തമ്പുരാൻ   : ദേ തേടിയ വള്ളി കാലിൽ പാന്റിട്ടു വരുന്നു.

വിനയൻ   : എന്താ?

തമ്പുരാൻ   : ഈ മാഷിന് സാഹിത്യം പറഞ്ഞാലും മനസ്സിലാവി
                       ല്ലല്ലോ. നമ്മള്‍ അന്വേഷിച്ചുകൊണ്ടിരിക്കുന്ന
                       വി.ഐ.പി വരുന്നുണ്ട്.

മനു അവരെ മൈൻഡു ചെയ്യാതെ പോകുന്നു.

തമ്പുരാൻ   : മനു...

അവൻ നോക്കി

തമ്പുരാൻ   : പ്ലീസായിട്ടൊന്ന് നില്‍ക്കാ

അടുത്തേക്ക് ചെന്ന്

തമ്പുരാൻ   : ഇത് തന്റെ പുതിയ മാഷാ.

മനു   : അതിന് ഞാനെന്ത് വേണം.

തമ്പുരാൻ   : അയ്യോ ഇങ്ങോട്ടൊന്നും തരണ്ട. ഞങ്ങള്‍ നിന്നെ
                       സ്വീകരിച്ച് കൊണ്ടുപോകാൻ വന്നതാ, പ്ലീസായി
                       ട്ടൊന്ന് വര്വോ...

മനു നടക്കുന്നു.

അതു നോക്കിക്കൊണ്ട്,

വിനയൻ   : അനിയാ.

അമ്പരപ്പോടെ മുഖം തിരിക്കുന്ന മനു. വിനയൻ 'അനിയാ' എന്നു വിളിച്ച സംഗതി ഏറ്റു എന്ന ഭാവത്തിൽ തമ്പുരാൻ നോക്കി

വിനയൻ അവന്റെ അടുത്തേക്ക് ചെന്ന് അവന്റെ ചുമലിൽ കൈ വെച്ചു മനുവിന്റെ ഒപ്പം നടന്ന്,

                    : സ്വീകരിച്ചുകൊണ്ടുപോകാൻ വന്നതൊന്നുമല്ല. തന്നെക്കുറിച്ച് ഒരുപാട് കേട്ടപ്പോ ഒന്നു കാണണ മെന്നു തോന്നി.

വിനയന്റെ കൈ തട്ടിമാറ്റി നടക്കുന്ന മനു.

വിനയൻ   : മനൂ...

അയാളുടെ ശബ്ദത്തിലൊരു കാന്തികശക്തിയുണ്ട്.

മനു നിന്നു.

വിനയൻ   : ഈ സ്കൂളീ പോകുന്നത് പരീക്ഷ എഴുതാനും പാസാകാനും വേണ്ടി മാത്രമാണെന്ന് വിചാരിക്കണ്ട. അതിന് വേറെയും ചില ഗുണങ്ങള്ണ്ട്. ഉദാഹരണ ത്തിന് ദുബായി പോണമന്നല്ലേ മനുവിന്റെ ഏറ്റവും വലിയ ആഗ്രഹം. തമ്പുരാൻ ചേട്ടൻ പറഞ്ഞു. പക്ഷേ, ഈ ദുബായി പോണെങ്കി അതിന് ആദ്യം

പാസ്പോർട്ട് വേണം. പാസ്പോർട്ടിനപേക്ഷിക്കണ
മെങ്കിലോ എസ്.എസ്.എൽ.സി സർട്ടിഫിക്കറ്റ് നിർബ
ന്ധമാ. അല്ലേ തമ്പുരാൻചേട്ടാ.

തമ്പുരാൻ : പിന്നെ! ഈ സാറ് രണ്ടുതവണ ദുബായ് ചുറ്റിയടി
ച്ചിട്ടുണ്ട്. അവിടുത്തെ ബ്യൂട്ടിഫുൾ കഥകൾ പറഞ്ഞ
പ്പോൾ ഓഹോഹോ ഈ ഞാൻതന്നെ കോരിത്തരി
ച്ചുപോയി. നിനക്കും പോണമെങ്കി ഈ സാറിനോട്
പറഞ്ഞാ മതി. സാറിന്റെ ചങ്ങാതിമാരുണ്ടവിടെ.

വിനയൻ : അതുകൊണ്ടായില്ല. ഇനി ഇപ്പോ സ്കൂളീ വരാതെ
തന്നെ മനു എസ്.എസ്.എൽ.സി പരീക്ഷ എഴുതി
യെന്നിരിക്കട്ടെ; പാസ്പോർട്ടിനപേക്ഷിക്കുമ്പോ സ്വഭാ
വസർട്ടിഫിക്കറ്റുകൂടി കൊടുക്കേണ്ടി വരില്ലേ തമ്പു
രാൻ ചേട്ടാ.

തമ്പുരാൻ : പിന്നേ!

വിനയൻ : ഇവൻ ഇങ്ങനെ കരിങ്കൽക്കുഴിയുടെ കൂടെ ജോലിയും
ചെയ്തോണ്ടു നിന്നാ നല്ല സ്വഭാവത്തിനുള്ള സർട്ടി
ഫിക്കറ്റ് എച്ച്എം ഇവന് എഴുതിക്കൊടുക്കോ.

തമ്പുരാൻ : നോ നോ... നോ.. ഒരിക്കലും കൊടുക്കില്ല.

വിനയൻ : മനു, നീയീ ചീത്തപ്പണി ചെയ്യുന്നത് കരിങ്കൽക്കു
ഴി നിനക്ക് ദിവസേന തരുന്ന നൂറുരൂപയ്ക്കുവേ
ണ്ടിയല്ലേ. അത് ഞാൻ തന്നാലോ? വെറുതെ വേണ്ട,
നീ ദുബായീ പോയി കാശ് സമ്പാദിച്ചിട്ട് എനിക്ക്
തിരിച്ചുതന്നോ.

പ്രതീക്ഷ നിറഞ്ഞ മനുവിന്റെ മുഖം.

-Cut to-

സീൻ 17
ക്ലാസ്മുറി

*ജീവശാസ്ത്രം പുസ്തകം വായിക്കുന്ന മുബീനയിൽനിന്ന് തുടക്കം.
സുന്ദരിടീച്ചർ ബോർഡിൽ എഴുതുന്നുണ്ട്.*

മുബീന : മധ്യകർണം ഒരു ഇടുങ്ങിയ അറയാണ്. ഇതിൽ മൂന്ന്
അസ്ഥികൾ ചേർന്ന ഒരു ശൃംഖലയുണ്ട്.

ബൈനോക്കുലറിലൂടെ മുബീനയെ നോക്കുന്ന സുമേഷ്. അവന്റെ

ബൈനോക്കുലർ വാങ്ങി ബോർഡിൽ വരയ്ക്കുന്ന സുന്ദരിയെ നോക്കുന്ന ബഷീർ. അവന്റെ കൈയിൽനിന്ന് അത് തട്ടിപ്പറിച്ച് നോക്കുന്ന മറ്റൊരു കുട്ടി.

തുടരുന്ന,

മുബീന : കർണപടത്തോടു തൊട്ടിരിക്കുന്ന ചുറ്റികയുടെ ആകൃ തിയുള്ള അസ്ഥിയെ മാലിയസ് എന്നു പറയുന്നു. മധ്യത്തിലുള്ള അസ്ഥിക്ക് കുടക്കല്ലിന്റെ ആകൃതിയാ ണുള്ളത്. ഇതിനെ ഇൻകസ് എന്നുപറയുന്നു. കുതി രസവാരിക്കാരന്റെ പാദധാരത്തിന്റെ ആകൃതിയിലുള്ള മൂന്നാമത്തെ അസ്ഥിയാണ് സ്റ്റേപിസ്. അസ്ഥി ശൃംഖ ലയിലെ ഏറ്റവും ചെറിയ അസ്ഥി സ്റ്റേപ്പിസ് ആണെ ന്നോർമ്മിക്കുക.

ദൃശ്യം ഡസ്ക്കിനടിയിലേക്ക്,

മനുവിന്റെ പോക്കറ്റിലുള്ള മൊബൈലിന്റെ വൈബ്രേറ്റർ ഓണാകു ന്നു.

അതെടുത്തുനോക്കുന്ന മനു.

മൊബൈൽ എടുത്ത് പോക്കറ്റിലിട്ടുകൊണ്ട് എഴുന്നേൽക്കുന്ന മനു.

മനു : ടീച്ചറേ...

എന്താ എന്ന ഭാവത്തിൽ നോക്കുന്ന ടീച്ചർ.

മനു : മൂത്രമൊഴിക്കണം.

ടീച്ചർ : ഉം....

മനു പോകുന്നു.

-Cut to-

സീൻ 17 എ
സ്കൂളിന് പുറത്തേക്കുള്ള വഴി

കരിങ്കൽക്കുഴിയുടെ ജീപ്പ്. ജീപ്പിൽ കരിങ്കൽക്കുഴി എന്നെഴുതിയിട്ടു ണ്ട്. അവിടെ എത്തുന്ന മനു. അവനോട് കേറാൻ പറയുന്നു.

കരിങ്കൽക്കുഴി : അപ്പോ നീയങ്ങ് നന്നാവാൻ തീരുമാനിച്ചോ. എങ്ങാണ്ട് നിന്നൊരു മാഷ് വന്ന് മോണ കാട്ടി ചിരിച്ചപ്പോ അടി

മാണിക്യക്കല്ല്

യറവ് പറയാനുള്ളതാ നിന്റെ ലൈഫ്.

അവൻ മിണ്ടുന്നില്ല.

കരിങ്കൽക്കുഴി : പഠിച്ചിട്ടെന്തെങ്കിലും ഗുണോണ്ടോടാ ഇക്കാലത്ത്.

മനു : നിങ്ങള് മോളെ പഠിപ്പിക്കുന്നുണ്ടല്ലോ.. അതെന്തിനാ.

കരിങ്കൽക്കുഴി : എടാ പോങ്ങാ... ഈ സെറ്റപ്പ് വെച്ച് എന്റെ മകള്‍
ദിവ്യ കരിങ്കല്‍ക്കുഴിയെ ഊട്ടീലെ...

പേരു കിട്ടാതെ പിറകിലിരിക്കുന്ന ഗോപാലനെ നോക്കി

                    : എന്തുവാ ഗോപാലാ സ്കൂളിന്റെ പേര്...

ഗോപാലൻ : പേര്... പേരിലെന്തിരിക്കുന്നു കരുണേട്ടാ... ഊട്ടീ
ലെല്ലാം പണക്കാര് പഠിക്കുന്ന സ്കൂളേള്ളൂ.

കരിങ്കൽക്കുഴി : മനസ്സിലായില്ലേ. ഞാനവളെ ആ സ്കൂളില്‍ ചേര്‍
ക്കാതെ ഈ സ്കൂളില്‍ ചേര്‍ത്തു. എന്താ... ഇവിടാ
വുമ്പോ ഒരു കാര്യം ഒറപ്പാ...

ഗോപാലൻ : ഏത് കാര്യം?

കരിങ്കൽക്കുഴി : പത്ത് കടക്കില്ല.

ചിരിയോടെ,

ഗോപാലൻ : അത് ശര്യാ... വാ കേറെടാ.. വണ്ടീ കേറെടാ.

മനു ജീപ്പില്‍ കയറുന്നു. ജീപ്പ് പോകുന്ന റോഡ്- ഗ്രാമവഴി.

ഗോപാലൻ : എടാ ചെക്കാ നീയെന്തിന് സ്കൂളില്‍ പോണ്... കൂടെ
നിന്നാ കരുണേട്ടൻതന്നെ രക്ഷപ്പെടുത്തും.

മനു : എനിക്കാരുടേം ഓശാരം വേണ്ട. പത്താംക്ലാസ്
കഴിഞ്ഞാ ഞാന്‍ ദുബായീല് പോകും.

കരിങ്കൽക്കുഴി : എന്തിനാ ദുബായീ പോണേ.? അമ്മേ കാണാനോ?
നിന്നെ അവര് ഇട്ടേച്ച് പോയതല്ലേ.

പല്ലുഞെരിച്ച്

മനു : അവരെ കാണാനല്ല.

നിശ്ചയദാര്‍ഢ്യത്തോടെ,

                    : ഞാന്‍ ദാവൂദിന്റെ സംഘത്തില്‍ ചേരും.

ചിരിച്ച്

കരിങ്കൽക്കുഴി : ദുബായ് പോലീസ് പിടിച്ചാ നിനക്കറിയോ അവി
ടത്തെ ജയിലില്‍ നിവര്‍ന്ന് നില്‍ക്കാന്‍പോലും പറ്റില്ല.
ഇവിടാവുമ്പം ജാമ്യത്തിലിറക്കാന്‍ ഞാനെങ്കിലും
ഉണ്ട്.

ഗോപാലൻ : ശര്യാ... ശര്യാ. ഇവിടെ നേരെ നിക്കാം, പത്ത് കാശു

69

ണ്ടാക്കാം. (ഒരുനിമിഷം കഴിഞ്ഞ്) അല്ലാ ഇവന്റമ്മ
ദുബായീലാ?

കരിങ്കൽക്കുഴി : അതേയോ... അവള് കോങ്ങാട്ടെ കണ്ണാശുപത്രീല്
നേഴ്സായിരുന്നു. നമ്മുടെ പോത്തേരി കണ്ണന്റെ എളേ
ചെക്കൻ ദുബായീന്ന് വന്നപ്പോ കണ്ണ് കാണിക്കാ
നൊന്ന് കേറ്യതാ. ശേഷം ഭാഗം ഗൾഫില്.

ഗോപാലൻ : ഓഹോ... അതു ഞാനറിഞ്ഞില്ല.

കരിങ്കൽക്കുഴി : ഇട്ടേച്ചുപോയെങ്കിലും മാസാമാസം ഇവൻമ്മുമ്മേടെ
പേരില് കാശയച്ചുകൊടുക്കും, പക്ഷേ, അതിവന്
വേണ്ട. തന്നെ വേണ്ടാത്തവരുടെ നയാപൈസ തൊടി
ല്ലാന്നൊരു വാശി.

ഗോപാലൻ : ഇവൻ കൊള്ളാലോ.

ശബ്ദം താഴ്ത്തിക്കൊണ്ട്,

: അപ്പോ അച്ഛനോ?

കരിങ്കൽക്കുഴി : പരസ്യമായി പറയാൻ അങ്ങനൊരാളില്ല. കണ്ണാശു
പത്രീലെ മൊയ്തീൻ ഡോക്ടറുടെ ഛായ ഉണ്ടെന്നും
ഇല്ലെന്നും രഹസ്യ സംസാരമുണ്ട്.

അവനെ നോക്കി,

: അല്ലേടാ?

നിസ്സംഗനായ് മനു
ജീപ്പ് നിർത്തുന്ന,

കരിങ്കൽക്കുഴി : സംഘത്തേം കൂട്ടി വേഗം വാ.

മനു ഇറങ്ങിനടക്കുന്നു.
ജീപ്പ് വേറൊരു വഴിയിലേക്ക്

-Cut to-

സീൻ 18
ക്ലാസ് മുറി

വിനയചന്ദ്രൻ എത്തുന്നു.
കൈയിൽ പന്ത്രണ്ട് നോട്ടുബുക്കുകൾ
ഗുഡ്മോണിംഗ് പറഞ്ഞ് എഴുന്നേൽക്കുന്ന കുട്ടികൾ.
തിരിച്ച് ഗുഡ്മോണിംഗ് പറയുന്ന

വിനയൻ : ഗുഡ്മോണിംഗ്. ഇരിയ്ക്ക്. മനു വന്നില്ലേ.

മാണിക്യക്കല്ല്

വിഷ്ണുഭാസി : അവൻ മൂത്രമൊഴിക്കാൻ പോയതാ സാറേ.

മനസ്സിലാവാതെ നോക്കുന്ന വിയൻ

അഭിജിത് : അതേ സാർ... ഇന്നലെ പോയതാ.

വിനയൻ പുസ്തകങ്ങൾ മേശപ്പുറത്ത് വെച്ചു.

ഡെസ്റ്റർ എടുത്ത് ബോർഡിനടുത്തേക്ക്.

അയാളുടെ കാഴ്ചയിൽ വൃത്തിയുള്ള കൈപ്പടയിൽ 'വിനയചന്ദ്ര തുഗ്ലക്ക്' എന്നെഴുതിയിരിക്കുന്നു.

അതു വായിച്ച് കുട്ടികളെ നോക്കുന്ന വിനയചന്ദ്രൻ.

മാഷിന്റെ പ്രതികരണമറിയാനുള്ള ആകാംക്ഷയോടെ കുട്ടികൾ.

ആൺകുട്ടികളെ നിരീക്ഷിച്ച് ഗൗരവത്തിൽ,

വിനയൻ : വിനയചന്ദ്രൻ, അത് ഞാനാണെന്ന് മനസ്സിലായി. പക്ഷേ, ഈ തുഗ്ലക്ക് ആരാണെന്ന് അറിയോ? കിര ണിനറിയ്യോ....?

പെട്ടെന്ന് എഴുന്നേറ്റുകൊണ്ട്,

കിരൺ : ഇല്ല സാർ, ഞാനല്ല. എനിക്കറീല്ല.

വിനയൻ : അറിയില്ല...

പേടിയോടെ,

കിരൺ : അല്ല... ഈ പത്രത്തിലൊക്കെ വായിച്ചിട്ടുണ്ട്.

വിനയൻ : പത്രത്തിൽ കിരൺമാത്രം വായിച്ചാൽ പോരല്ലോ. അതെന്താണെന്ന് ഇവരുടെകൂടി അറിയണ്ടേ. ഇരിക്. 1325 മുതൽ 26 കൊല്ലം ദില്ലി കേന്ദ്രമാക്കി ഉത്തരേന്ത്യ ഭരിച്ചിരുന്ന ബുദ്ധിമാനായ വിഡ്ഢി, മുഹമ്മദ് ബിൻ തുഗ്ലക്ക്, അദ്ദേഹം നടപ്പിലാക്കാൻ ശ്രമിച്ച പല പരി ഷ്കരണങ്ങളും ദയനീയമായി പരാജയപ്പെട്ടു. ദില്ലി യുടെ പ്രൗഢിയും ഐശ്വര്യവും തകർന്നു. അതോടെ ദീർഘവീക്ഷണമില്ലാതെ അധികാരികൾ നടപ്പിലാ ക്കുന്ന പരിഷ്കരണങ്ങളെ തുഗ്ലക്ക് പരിഷ്കരണ ങ്ങൾ എന്ന് കളിയാക്കി വിളിച്ചുതുടങ്ങി. കളിയാക്കാൻ നിങ്ങൾക്കും അവകാശമുണ്ട്. അതുകൊണ്ടിനിമുതൽ മനസ്സിൽ തോന്നുന്ന എന്തുകാര്യവും ദാ ഈ നോട്ടു ബുക്കിൽ കുറിച്ചുവെക്കുക. അത് കഥയായാലും കവി തയായാലും എന്തായാലും. ഇത് ഇന്നുമുതൽ ഇവിടെ ഉണ്ടാകും. നല്ല കുറിപ്പുകൾക്ക് സമ്മാനം ഉണ്ട് കേട്ടോ.

രഹസ്യമായി,

മുബീന   : അടിയായിരിക്കും സമ്മാനം.

ചിരിക്കുന്ന ദിവ്യ

-Cut to-

സീൻ 19

വാറ്റുകേന്ദ്രത്തിലേക്ക് വരുന്ന കരിങ്കൽക്കുഴിയുടെ ജീപ്പ്. അതിൽനി ന്നിറങ്ങുന്ന കരിങ്കൽക്കുഴിയും ഗോപാലനും.

അവിടെ നിർത്തിയിട്ടിരിക്കുന്ന വാൻ. അതിൽ ഒരു സ്കൂളിന്റെ പേര് സ്റ്റിക്കർ ഒട്ടിക്കുന്ന സഹായി. ഒന്നുരണ്ടു പേർ ചെറിയ കന്നാസുകൾ ഡോർ തുറന്ന് സീറ്റിനടിയിൽ വെക്കുന്നു.

ഷെഡ്.

യൂണിഫോം ഇട്ട കുട്ടികളുടെ കാൽപ്പാദങ്ങളിൽനിന്നും ദൃശ്യം.

മനു, വിഷ്ണു, തുടങ്ങിയ നാലഞ്ചുകുട്ടികൾ. അവർ സ്കൂൾ ബാഗിൽ ചാരായക്കുപ്പികൾ നിറയ്ക്കുന്നു. കരിങ്കൽക്കുഴിയും എത്തു ന്നു.

കരിങ്കൽക്കുഴി   : സ്കൂളിന്റെ പേരോർമ്മയുണ്ടോടാ എല്ലാർക്കും.

വിഷ്ണു   : മുതിയങ്ങ വിലാസം യു.പി....

കരിങ്കൽക്കുഴി   : എങ്കീ വിട്ടോ.

അവർ ബാഗെടുത്ത് നടക്കാൻ തുടങ്ങവേ മുന്നിൽ വിനയചന്ദ്രൻ. സ്തംഭിച്ചുനിൽക്കുന്ന മനുവും മറ്റു കുട്ടികളും. അവിടെക്ക് വന്ന്, ചെറിയ ഭയത്തോടെ

കരിങ്കൽക്കുഴി   : ആരാ? (കുട്ടികളോട്) ആരാടാ?

മനു   : പുതിയ മാഷാ.

പേടി മാറിയ,

കരിങ്കൽക്കുഴി   : ആഹാ മാഷായിരുന്നോ? എന്താണാവോ സ്കൂൾ മാഷ് ഈ ചാരായപ്പറമ്പില്, ഇവിടെ ചില്ലറക്കച്ചോടം ഇല്ലല്ലോ.

വിനയൻ   : ചില്ലറയ്ക്കല്ല, ഇത് മൊത്തത്തിൽ നിർത്തിക്കാൻ പറ്റോന്നറിയാൻ വന്നതാ ഞാൻ. ഈ പിള്ളേരെ ഉപ യോഗിച്ചുള്ള തന്റെ വൃത്തികെട്ട കച്ചോടം ഇനി നട ക്കില്ല കരിങ്കൽക്കുഴീ.

കരിങ്കൽക്കുഴി   : അതിത്തിരി പാടാണല്ലോ സാറേ. മാഷ് കളിയൊക്കെ

അങ്ങ് സ്കൂളില് മതി. ഇവിടെ ഇവരെന്റെ പിള്ളേരാ നിങ്ങള് പോയിട്ട് വാ മക്കളേ.

കടുത്ത സ്വരത്തില്

വിനയന്   : അവര് പോകില്ല.

കുട്ടികളോടായി,

       : എല്ലാവരും ബാഗ് താഴെ വെയ്ക്ക്.

കരിങ്കല്ക്കുഴി : (കുട്ടികളോട്) വെക്കരുത്! താനിവരെ ഏറ്റെടുത്തി രിക്ക്യാ. അധികം വെളഞ്ഞാ ചവുട്ടിക്കൂട്ടി ആ മൂല യ്ക്കിട്ട് തീയിടും ഞാന്.

ഒരു കുപ്പി എടുത്ത് നീട്ടി

       : കര്ണ്ണാടകേന്ന് വന്ന ഡൂക്ലി സ്പിരിറ്റല്ല ഇത്. നല്ല ഒന്നാന്തരം വാറ്റാ. തലവഴി കോരിയൊഴിച്ച് ഒരു തീപ്പെട്ടിക്കോലുകൊണ്ടൊന്ന് ഉഴിഞ്ഞാ മതി, താന് ഒരു നുള്ള് ചാരമായിപ്പോകും ചാരം!

വിനയന്   : കരിങ്കല്ക്കുഴീ ഞാന് സ്നേഹത്തിന്റെയും സമാധാ നത്തിന്റെയും വഴി പറഞ്ഞുപഠിപ്പിക്കുന്ന കുട്ടിക ളാണീ നില്ക്കുന്നത്. അവരുടെ മുന്നില് വച്ച് തന്നെ എന്നെക്കൊണ്ട് അവിവേകമൊന്നും കാട്ടിക്കരുത്. എല്ലാവരും വാ.

വിനയന് പറഞ്ഞതനുസരിച്ച് പോകുന്ന കുട്ടികള്. കരിങ്കല്ക്കുഴി പതറുന്നു. ഇടയ്ക്ക് കയറി ഒരു തടിയന് പണിക്കാരന്

       : അങ്ങിനങ്ങ് പോയാലോ...?

അവനെ തടയുന്ന,

കരിങ്കല്ക്കുഴി : പോട്ടെ, പോട്ടെ.

രണ്ടുപേരേയും രണ്ടുഭാഗത്തേക്ക് തള്ളിമാറ്റി മുന്നോട്ടുനടക്കുന്ന വിനയന്മാഷ്. പിറകെ കുട്ടികളും.

പേടിയോടെ വഴി മാറിനില്ക്കുന്ന സഹായികള്.

ദേഷ്യത്തോടെ പല്ലു ഞെരിക്കുന്ന കരിങ്കല്ക്കുഴി.

-Cut to-

പന്തുകളിച്ചുകൊണ്ടിരിക്കുന്ന കുട്ടികള്

മറ്റൊരു ഭാഗത്ത്, ഒരു ഗ്രൂപ്പിന് ഡ്രിൽ കൊടുക്കുന്ന ചാന്ദ്നി.
അവളുടെ ശ്രദ്ധ അല്പം ദൂരെ ചെടികളുടെ മറവിലേക്ക്.
അവളുടെ കാഴ്ചയിൽ ബൈനോക്കുലറിൽ ഗ്രൗണ്ട് വീക്ഷിക്കുന്ന ബഷീർ, കിരൺ, വെളുക്കൻ, സുമേഷ്. ഇവരുടെ പിറകിൽ ചൂരലുമായി പരുങ്ങി വരുന്ന കുറുപ്പുമാഷ്.
മുണ്ടു മടക്കികുത്തി അടികൊള്ളാൻ പാകത്തിൽ നിൽക്കുന്ന മൂവർസംഘം. നിലത്തുനിന്ന് ഒരു വടി കൂടി എടുക്കുന്ന കുറുപ്പ്.
ചാന്ദ്നിയുടെ അടുത്തേക്ക് ഉരുണ്ടുവരുന്ന ബോൾ.
ചാന്ദ്നി അതെടുക്കുന്നു. അവളുടെ അടുത്തേക്ക് ഓടിവരുന്ന പൂജ.
ചാന്ദ്നി അവളോടെന്തോ പറയുന്നു.
പൂജ പന്ത് മൂവർസംഘത്തെ ലക്ഷ്യംവെച്ച് അടിക്കുന്നു.
ഇരുകൈകളിലും വടിയുമായി പിറകിലെത്തിയ കുറുപ്പിന്റെ നെറ്റി യിൽ കൊള്ളുന്ന പന്ത്.
'യ്യോ' എന്നലറുന്ന കുറുപ്പിന്റെ ശബ്ദം.

-Cut to-

സീൻ 21
ഓഫീസ് റൂം

തൊണ്ടിമുതലായി പിടിച്ച ബൈനോക്കുലർ മേശപ്പുറത്ത്.
അതിനടുത്ത് കുറ്റവാളികൾ ബഷീർ, കിരൺ, സുമേഷ്, വെളുക്കൻ.
നെറ്റി തടവിക്കൊണ്ട് കുറുപ്പ്.
കോപിഷ്ഠയായി എല്ലാവരേയും നോക്കി,

ചാന്ദ്നി : ഇവറ്റകളെക്കൊണ്ട് എവിടേം നടന്നൂടാ. ബസ്
സ്റ്റോപ്പില്, ഗ്രൗണ്ടില്, മൂത്രപ്പൊരേല്, പെങ്കുട്ട്യേളെ
കണ്ണെറിഞ്ഞ് വീഴ്ത്താം...
വിനയൻ അവരുടെ അടുത്തേക്ക് നടന്നു.
വിനയൻ : ശര്യാണോ ടീച്ചറ് പറയുന്നത്.
വിനയന്റെ നോട്ടത്തിനുമുന്നിൽ പതറുന്ന കുട്ടികൾ.
കിരൺ : അത് ഞങ്ങൾ കളി കാണാൻ.
ചാന്ദ്നി : പിന്നേ ബൈനോക്കുലറിലൂടെ കണ്ടാസ്വദിക്കാൻ
വേൾഡ് കപ്പ് മാച്ച് അല്ലേ...
കുറുപ്പിനോട്,

: സാറിനറിയോ, പെങ്കുട്ട്യോള് വീഴുമ്പോ ഇവര് നോക്കു
ന്നതെവിട്യാന്ന്...

'അയ്യേ' എന്നു പറഞ്ഞ് തലവെട്ടിക്കുന്ന കുറുപ്പ്.

ഒന്നമര്‍ത്തി മുളി,

വിനയന്‍ : ഇനി ഇതാവര്‍ത്തിക്കരുത്. ക്ലാസിലേക്ക് പോയി
ക്കോളൂ.

ബൈനോക്കുലര്‍ എടുക്കുന്ന കിരണിനോട്,

വിനയന്‍ : അതവിടെയിരിക്കട്ടെ.

മൂവരും പോകുന്നത് നോക്കി ദേഷ്യത്തില്‍,

അവര്‍ രക്ഷപ്പെട്ട ആശ്വാസത്തിലെന്നോണം

കുറുപ്പ് : പോയ്ക്കോളൂ... ക്ലാസിലേക്ക് പോയിക്കോളൂ.

ചാന്ദ്നി : കണ്ടില്ലേ ശിഷ്യന്‍മാരെ സുഖിപ്പിക്ക്യാ.

വിനയന്‍ : ചെറിയ ചെറിയ കുഴപ്പങ്ങള്‍ ആര്‍ക്കാ ടീച്ചറെ ഇല്ലാ
ത്ത്. ഈ പ്രായത്തിലുള്ള കുട്ടികളാവുമ്പോ ഇതു
പോലെയുള്ള കുരുത്തക്കേടുകള്‍ കാട്ടിയെന്നു വരും.
അവരെ ശാസിക്കുക, നേര്‍വഴി പറഞ്ഞുകൊടുക്കുക.
അതല്ലേ നമ്മുടെ ജോലി.

ചാന്ദ്നി : പിള്ളേര്‍ക്കൊത്ത് ഇങ്ങനെ താളം തുള്ള്യാ നല്ലോണം
ശര്യാവും. ഇനി എന്താന്ന് വെച്ചാ എച്ച് എമ്മും
മാഷും കൂടിയങ്ങ് തീരുമാനിക്ക്.

ദേഷ്യത്തില്‍ പോകുന്ന ചാന്ദ്നി.

വിനയചന്ദ്രനോട്,

കുറുപ്പ് : എന്തോ പറയാനുണ്ടെന്ന് പറഞ്ഞു.

വിനയന്‍ : ഉവ്വ്, നാളെ പാലിയം ഗസ്റ്റ് ഹൗസില്‍ മിനിസ്റ്റര്‍ വരു
ന്നുണ്ട്. നമുക്കദ്ദേഹത്തെ പോയി ഒന്നു കാണണ്ടേ
സാര്‍.

കുറുപ്പ് : അതുകൊണ്ടൊന്നും ഗുണോണ്ടാവില്ല വിനയാ. ഇതു
പൂട്ടിച്ച് ഇവിടെ സഹകരണാശുപത്രി ഉണ്ടാക്കാന്‍
ആലോചിക്ക്യാ അവര്‍.

വിനയന്‍ : ആലോചിച്ചോട്ടെ. എങ്കിലും വിദ്യാഭ്യാസ മന്ത്രീടെ
സ്വന്തം മണ്ഡലത്തില്‍ ഇതുപോലെ ഒരു സ്കൂളു
ള്ള കാര്യം നമുക്കദ്ദേഹത്തെ ഒന്നോര്‍മ്മിപ്പിക്കാമല്ലോ.

കുറുപ്പ് : എന്നാപ്പിന്നെ എസ്.കെയെയും വിളിക്കാം. മന്ത്രീടെ
സ്വന്തം ആളല്ലേ.

വിനയൻ : ഓ.

-Cut to-

സീൻ 22
ഗസ്റ്റ് ഹൗസ്

*അല്പം ഈർഷ്യയോടെ സംസാരിക്കുന്ന മന്ത്രിയിൽനിന്ന് തുട
ങ്ങുന്ന ദൃശ്യം. വിനയൻ, കുറുപ്പ്, എസ്.കെ എന്നിവർ എതിർവശത്തുള്ള
കസേരയിൽ,*

മന്ത്രി : എന്റെ മണ്ഡലം എന്റെ മണ്ഡലം എന്ന് പറഞ്ഞ്
സ്കൂളെടുത്ത് തോളത്തുവെച്ച് നടക്കാൻ പറ്റോ. (കു
റുപ്പിനോട്) എത്ര കുട്ടികളുണ്ട്?

ലജ്ജ കലർന്ന ചിരിയോടെ,

കുറുപ്പ് : ആണായിട്ടും പെണ്ണായിട്ടും ഒരാളേയുള്ളൂ.

മന്ത്രി : തനിക്കല്ലെടോ, സ്കൂളിലെത്ര പിള്ളേരുണ്ടെന്നാ
ചോദിച്ചത്.

കുറുപ്പ് : ഞാ അമ്പത്തിയേഴ്

മന്ത്രി : ഹോ, അതുങ്ങളും കൂടി തോറ്റ് പണ്ടാരടങ്ങ്യാ അട
ച്ചുപൂട്ടി കൊല്ലാകൊല്ലം കേക്കുന്ന നാണക്കേടങ്ങ്
ഒഴിവാക്കായിരുന്നു. നാട്ടിനും നാട്ടാർക്കും വേണ്ടാത്ത
ഇങ്ങനൊരു പാഠശാല എന്തിനാടോ അവിടെ...വല്ല
സ്ഥലമാറ്റോം വേണെങ്കി അപേക്ഷ തന്നോളൂ. ശരി
യാക്കാം.

വിനയൻ : അതൊന്നും വേണ്ട സാർ. പിന്നേ, നാട്ടുകാർക്ക്
വേണ്ടാത്ത സ്കൂളാണെന്ന് സാറെങ്ങനെ അറിഞ്ഞു.
എന്റെ മണ്ഡലം എന്റെ മണ്ഡലം എന്ന് എടയ്ക്കെ
ടക്ക് പറയുന്നുണ്ടെങ്കിലും കഴിഞ്ഞ പത്തുവർഷത്തി
നിടയ്ക്ക് സാറവിടെപ്പോയിട്ടുള്ളത് ഒരിക്കൽ മാത്ര
മാണ്, അല്ലേ?

കുറുപ്പ് അയാളുടെ ചുമലിൽ വിരലമർത്തുന്നു.

വിനയൻ : കെ.എൻ.പിയുടെ സ്ഥാനാർത്ഥി വണ്ണാൻമലയിലെ
വീടുകൾതോറും തലങ്ങും വിലങ്ങും കേറിയിറങ്ങി
യപ്പോൾ സാറൊന്നു പേടിച്ചു. അപ്പോ എല്ലാ വലിയ
വലിയ തിരക്കുകളും ഒഴിവാക്കി ഓടിയെത്തി. കെ.

മാണിക്യക്കല്ല്

എൻ.പിക്കാർ വോട്ടർമാരുടെ തലയെണ്ണി അവർക്ക്
മൺചട്ടീം പൊൻചട്ടീം ആടും കോഴീം എന്തിന്
ലോട്ടറി ടിക്കറ്റുവരെ വാങ്ങിക്കൊടുത്തു. അപ്പോഴും
കാലാകാലങ്ങളിലായി സാറിന്റെ പാർട്ടിയെ മാത്രം
ജയിപ്പിക്കുന്ന വണ്ണാൻമലക്കാർ സാറിനെ കൈയൊ
ഴിഞ്ഞില്ല. വൈദ്യുതി ഇല്ല, വെളിച്ചം ഇല്ല, കുടിവെ
ള്ളമില്ല, അടിസ്ഥാനസൗകര്യങ്ങളൊന്നുമില്ല. ചുരുക്ക
ത്തിൽ പറഞ്ഞാൽ കാലം മാറിയതറിയാതെ പ്രതീ
ക്ഷയറ്റ് ജീവിക്കുന്ന ഒരു കൂട്ടം പാവങ്ങൾ. അവർക്കി
ടയിൽനിന്ന് വരുന്ന കുട്ടികൾ മാത്രമാണ് സാർ
ഇപ്പോൾ സ്കൂളിന്റെ സമ്പത്ത്. എട്ടംക്ലാസിലും
ഒൻപതാംക്ലാസിലും പ്രവേശനപരീക്ഷ നടത്തി
നൂറിൽ നൂറുമാർക്കും വാങ്ങിക്കുന്ന കുട്ടികളെ മാത്രം
പത്താംക്ലാസിലേക്ക് പ്രമോട്ട് ചെയ്യുന്ന സ്കൂളുക
ളുണ്ട്. അവിടുത്തെ കുട്ടികളുമായി ഇവരെ താരതമ്യം
ചെയ്യരുത്.

മന്ത്രി   : എടോ വിനയചന്ദ്രാ കുഞ്ഞ് കരഞ്ഞാൽമാത്രം പോര.
സീര്യൽ കാണാൻ പറ്റാത്ത വിധം ശല്യം ചെയ്താലേ
സ്വന്തം അമ്മ പോലും അതിന് പാലു കൊടുക്കൂ.
കാലമതാണ്.

ശരിവെക്കുന്ന കുറുപ്പ്.

മന്ത്രി   : ആവശ്യങ്ങളും അവകാശങ്ങളും ചോദിക്കുമ്പം അതി
നുള്ള അർഹത ഉണ്ടോന്നുകൂടി നോക്കണം. ഈ
അടുത്ത കാലത്ത് ഒരു കുട്ട്യെ എങ്കിലും പാസ്സാക്കി
യെടുക്കാൻ കഴിഞ്ഞോ നിങ്ങക്ക്.

എസ്.കെ.യെ നോക്കി,

         : കഴിഞ്ഞോടോ....

എസ്.കെ. തല വെട്ടിച്ചു.

മന്ത്രി   : നിങ്ങടെ പിടിപ്പുകേടുകൊണ്ട് നാണംകെട്ടത് ഞാനാ.
അധ്യാപകന്റെ കടമ. അതു പോട്ടെ വാങ്ങുന്ന ശമ്പ
ളത്തിന്റെ കുറെങ്കിലും കാണിച്ചിരുന്നെങ്കിൽ ഒന്നെ
ങ്കിലും പാസാകുമായിരുന്നില്ലേ.

കുറച്ച് സോഫ്ടായി വിനയനോട്,

മന്ത്രി   : തന്റെ പ്രസംഗം കേട്ടാ തോന്നും വണ്ണാൻമല

77

സ്കൂളിന്റെ അന്തകൻ ഞാനാന്ന്. ആദ്യം റിസൽട്ടു
ണ്ടാക്കി കാണിക്ക്. മറ്റ് സൗകര്യങ്ങളൊക്കെ പിറകെ
വന്നോളും.

വിനയൻ : ശരിയാണ് സാർ. കുറ്റം നാട്ടുകാരുടേത് തന്നെയാണ്.
വോട്ടു ചോദിച്ച് വീട്ടീ ചെന്നപ്പോ പറയുന്ന വാഗ്ദാ
നങ്ങളിൽ ഒരെണ്ണമെങ്കിലും ചെയ്ത് കാണിക്ക്.
എന്നിട്ട് വോട്ടുതരാമെന്ന് അവർ പറഞ്ഞിരുന്നെങ്കിൽ
ഇന്ന് മന്ത്രിക്കസേരയിലിരുന്ന് ഈ നാണക്കേടനുഭ
വിക്കേണ്ടിവരില്ലായിരുന്നു സാറിന്. ഒരർത്ഥത്തിൽ
സാറിപ്പോ അവരോട് പറയുന്നതും അതുതന്നെയാ
ണല്ലോ...ശരി (തൊഴുതുകൊണ്ട്) ശരി.

തൊഴുതു പോകുന്ന വിനയൻ.
കുറുപ്പും വിനയനും പുറത്തേക്ക്.
പോകാൻ തുടങ്ങുമ്പോൾ എസ്.കെയോട്.

മന്ത്രി : എസ്.കെ...അവിടെ നിൽക്ക്. ഏതാടാ അവൻ?
സംസാരം ബൂർഷ്വാസിയുടേതാണെങ്കിലും പറഞ്ഞത്
സത്യംതന്ന്യാ. അവന്റെ ഉള്ളിലിത്തിരി ഫയറുണ്ട്.
നക്സൽ, മാവോവാദി എന്നൊക്കെ പറഞ്ഞ് താന
തിനെ കെടുത്തരുത്.

തനിക്കിട്ട് വെച്ചതാണെന്ന് എസ്.കെയ്ക്ക് മനസ്സിലായി.

സീൻ 23
തോട്ടം

തോട്ടത്തിൽ കീടനാശിനി സ്പ്രേ ചെയ്യുന്ന കുറുപ്പ്
രാഗിണി സഹായിക്കുന്നു.
അവിടെയെത്തുന്ന വിനയചന്ദ്രൻ

കുറുപ്പ് : എന്താ തന്റെ ഉദ്ദേശം?

വിനയൻ : സദുദ്ദേശം. എസ്.എസ്.എൽ.സി ബാച്ചിലെ പന്ത്രണ്ട്
കുട്ടികളേം എ പ്ലസോടുകൂടി പാസ്സാക്കിയെടുക്കണം.
മിനിസ്റ്റർ പറഞ്ഞത് സാർ മറന്നോ.

കുറുപ്പ് : പിന്നെ, സ്വർണ്ണലിപികളാൽ എഴുതിവെക്കാൻ മാത്രം
വിലപ്പെട്ട വാക്കുകളല്ലേ അദ്ദേഹം മൊഴിഞ്ഞത്.

വിനയൻ : എഴുതിവെപ്പിക്കണം സാർ. മിനിസ്റ്ററെ കൊണ്ടു

തന്നെ സ്വർണ്ണാക്ഷരങ്ങളിൽ എഴുതിവെപ്പിക്കണം.
കോമഡി കേട്ടതുപോലെ പൊട്ടിച്ചിരിക്കുന്നു,

കുറുപ്പ് : ഇതാ സിനിമയിൽ ദാസൻ പറഞ്ഞതുപോലെ മനോ
ഹരമായ ഒരിക്കലും നടക്കാത്ത സ്വപ്നം. തനി
ക്കെന്തോ പറ്റീട്ടുണ്ട്. അതൊറപ്പാ.

അവിടെയെത്തിയ രാഗിണി വിനയനുനേരെ ചായഗ്ലാസ് നീട്ടി,

രാഗിണി : ദാ ചായ

ചായ വാങ്ങുന്ന വിനയചന്ദ്രൻ.

കുലയ്ക്കാരായ ഒരു തെങ്ങു കാണിച്ച്

കുറുപ്പ് : അങ്ങോട്ടൊന്നു നോക്കൂ. ആ തെങ്ങിന്റെ ഒരു
കൊലേല് നൂറു തേങ്ങ വിളയിച്ച് കാണിക്കണോ.

വിരല് ഞൊടിച്ച്,

   : ഒരു കിലോ പൊട്ടാഷ്, മുക്കാക്കിലോ കോക്കനട്ട്
മിക്സ്ചർ, ഒരു വട്ടി ചാണകം- അരവട്ടിയായാലും
മതി. പിന്നെ പച്ചിലയോ തൊണ്ടോ മൂട്ടിലിട്ട് വല്ല
പ്പോഴും ഒന്ന് നനച്ചുകൊടുക്കാ. മതി. നൂറ്റിപ്പത്ത് ശത
മാനം വിജയം ഉറപ്പാ. എന്റെ പൊന്നു വിനയാ ഇ
ത്തിരി വളം ഇട്ട് കൊടുക്കാന്ന് വിചാരിച്ചാത്തന്നെ
ആ പിള്ളേർക്കാർക്കെങ്കിലും മണ്ടയുണ്ടോ...അഥവാ
ഉണ്ടെങ്കിൽത്തന്നെ അതിലോട്ടെന്തെങ്കിലും കേവോ.

വിനയൻ : കേറും സാർ. അറിഞ്ഞ് വളം ചെയ്താൽ മതി. കേട്ടി
ട്ടില്ലേ വേണെങ്കീ ചക്ക വേരിലും കായ്ക്കുംന്ന്.

കുറുപ്പ് : പക്ഷേ യീ....

വിനയൻ : ഒരു പക്ഷേയുമില്ല.

അന്തരീക്ഷത്തിൽ എഴുതിക്കാണിച്ച്,

വിനയൻ : നൂറുമേനി വിജയം - വണ്ണാൻമല ഗവൺമെന്റ് മോ
ഡൽ ഹൈസ്കൂളിലെ പ്രധാനാധ്യാപകൻ കരുണാ
കരക്കുറുപ്പിനെ വിദ്യാഭ്യാസമന്ത്രി പൊന്നാട അണി
യിച്ച് ഫോട്ടോ, അങ്ങിനൊരു ഫോട്ടോ പത്രത്തില്
വന്നാ അത് മുറിച്ചെടുത്ത് ലാമിനേറ്റ് ചെയ്ത് വീടിന്റെ
ഉമ്മറത്ത് തൂക്കിയിടാൻ സാറിന് വല്ല ബുദ്ധിമുട്ടും
ഉണ്ടോ?

കുറുപ്പ് : ഏയ് എനിക്കെന്ത് ബുദ്ധിമുട്ട്.

വിനയൻ : ഇല്ലല്ലോ. അപ്പൊ ആദ്യം നമ്മുടെ കുട്ടികളുടെ പരീ

ക്ഷാപ്പേടിയും ആത്മവിശ്വാസക്കുറവും മാറ്റിയെടുക്കണം.

കുറുപ്പ്   : എങ്ങനെ?

വിനയൻ   : പരീക്ഷ നടത്തണം സാർ.

കുറുപ്പ്   : ക്വാർട്ടർലി എക്സാമിനേഷൻ നടത്താനോ?

വിനയൻ   : അതെ.

ഞെട്ടലോടെ കുറുപ്പ് വളക്കൊട്ട രാഗിണിയുടെ
കൈയിൽനിന്നു വാങ്ങി,

കുറുപ്പ്   : എന്റെ പൊന്നു വിനയചന്ദ്രാ, താനെന്റെ മനഃസ്സമാ
             ധാനം കളയരുത്.

രാഗിണി   : നിങ്ങളെന്തിനാ മാഷേ പേടിക്കണേ.

കുറുപ്പ്   : ന്റെ രാഗീ ക്വാർട്ടർലി പരീക്ഷ നടത്താൻ പാടില്ല.
             അത് നിയമമുണ്ട്.

രാഗിണി   : പിന്നേ നിയമം നോക്കീട്ടല്ലേ നിങ്ങള് ക്ലാസ് മുറി വള
             ത്തിന്റെ ഗോഡൗണാക്കിയത്.

രാഗിണിയോട് പല്ലിറുമ്മി,
വിനയനോട്

കുറുപ്പ്   : കാൽക്കൊല്ല പരീക്ഷ നടത്തീട്ട് കോഴിക്കോട്ടെ ഒരു
             ടീച്ചറെ സസ്പെൻഡ് ചെയ്തതാ.

വിനയൻ   : ഒന്നും സംഭവിക്കില്ല സാർ. ഞാൻ നോക്കിക്കോളാം.
             സാറൊന്ന് 'ഉം' എന്നു മൂളിത്തന്നാ മതി.

രാഗിണി   : എന്റെ മാഷേ ഒന്ന് മൂളിക്കൊടുത്തേക്ക്. എന്താ
             യാലും ഒരു നല്ല കാര്യത്തിനല്ലേ. ഇനി അതിന്റെ
             പേരില് മാഷെ തൂക്കിക്കൊന്നാ ഞാനങ്ങ് സഹിച്ചോളാം.

'ങ്ടും' എന്നു പറഞ്ഞ് രാഗിണിയുടെ നേരെ തിരിയുന്നു.
രാഗിണി 'ഉം' എന്നു മൂളുന്നു.

വിനയൻ   : താങ്ക്യൂ സാർ. (ചായ ഗ്ലാസ് രാഗിണിക്കു നേരെ നീട്ടി)
             ചേച്ചീ...

-Cut to-

സീൻ 24
സ്കൂൾ ഗ്രൗണ്ട്

ഡി.ഇ.ഒയുടെ വാഹനം വന്നുനിൽക്കുന്നു.
വിളറിവെളുത്ത മുഖവുമായി കുറുപ്പ്.

മാണിക്യക്കല്ല്

ചൂടായി സംസാരിക്കുന്ന,

ഡി.ഇ.ഒ : താനെന്താ ഒന്നും മിണ്ടാത്തെ, ഡി.ഇ.ഒവിന്റെ ചോദ്യ
ത്തിന് ഉത്തരം പറയരുത്, എന്നാരെങ്കിലും വിലക്കീ
ട്ടുണ്ടോ..

കുറുപ്പ് : അതല്ല സാർ...ഈ കുട്ടികളുടെ (പതറുന്നു)

അകത്തേക്ക് വരുന്ന എസ്.കെയോട്,

ഡി.ഇ.ഒ : എന്താടോ എസ്.കേ ഇത്? ഈ തോന്ന്യാസത്തിന്
തന്റെ യൂണ്യന്റെ സപ്പോർട്ടും ഉണ്ടോ?

എസ്.കെ : എന്റെ പൊന്നുസാരേ ഞാനിതൊന്നും അറിഞ്ഞിട്ടേ
യില്ല. വിനയചന്ദ്രൻ എന്ത് തീരുമാനിക്കുന്നോ അത്
എച്ച്.എമ്മിന് അമൃത് പോലാ. ഞങ്ങള് സീനിയേഴ്സ്
വെറും മണ്ടന്മാർ.

ഡി.ഇ.ഒ : ആ അമൃത് അധികനാൾ കുടിക്കേണ്ടിവരില്ല.

വരാന്തയിലൂടെ നടന്നുവരുന്ന വിനയചന്ദ്രൻ.

ഡി.ഇ.ഒ(ഒ.ബി.വി): കണ്ട അണ്ടന്റേം അടകോടന്റേം തീരുമാനങ്ങൾ നട
പ്പാക്കാനല്ല സർക്കാർ ശമ്പളം തരുന്നത്. ഇവിടെ
എന്തു നടന്നാലും നടന്നില്ലെങ്കിലും ഫുൾ റസ്പോ
ൺസിബിലിറ്റി തനിക്കാ. താൻ മറുപടി പറയേണ്ടി
വരും.

അകത്തേക്ക് വന്നുകൊണ്ട്,

വിനയൻ : സാറിന് തൽക്കാലം ഒരു മറുപടി മതിയെങ്കിൽ അത്
ഞാൻ തരാം.

വിനയനെ നോക്കി,

ഡി.ഇ.ഒ : ഓ തുഗ്ലക്ക്. എന്താണാവോ അങ്ങയുടെ മറുപടി.

വിനയൻ : സാർ, ആത്മവിശ്വാസക്കുറവും പരീക്ഷാസമയ
ത്തുള്ള മാനസിക സമ്മർദ്ദവുമാണ് ഇവിടുത്തെ കുട്ടി
കളുടെ പ്രധാന പ്രശ്നം. അത് ഒന്ന് മാറ്റിയെടുക്കാൻ
വേണ്ടിയാണ് ഞാൻ...

ഡി.ഇ.ഒ : തേങ്ങാക്കുല! സമ്മർദ്ദോം കിമ്മർദ്ദോം ഇല്ലാതിരി
ക്കാനാ ക്വാർട്ടേലി എക്സാം നടത്തേണ്ടെന്ന്
സർക്കാർ തീരുമാനിച്ചത്. സാറൊരു കാര്യം ചെയ്യ്.
പൊതുവിദ്യാഭ്യാസ ഡയരക്ടറുടെ കസേര ഇവിടെ
കൊണ്ടിട്ടുതരാം. എന്നിട്ട് സ്വന്തമായിട്ട് ഒരു പാഠ്യപ

81

ദ്യുതി ഉണ്ടാക്കി സ്റ്റേറ്റിന്റെ സമ്മർദ്ദമൊന്ന് കുറയ്ക്ക്. *ദേഷ്യം നിയന്ത്രിക്കാൻ ശ്രമിക്കുന്ന വിനയൻ.*

ഡി.ഇ.ഒ : എന്തെടോ നാക്കെറങ്ങിപ്പോയോ?

വിനയൻ : സാർ, ഞാനൊരു സാധാരണക്കാരനാണ്. എന്നെ പ്പോലുള്ള സാധാരണക്കാരുടെ മക്കൾക്ക് പഠിക്കാൻ ഇതുപോലെയുള്ള സർക്കാർ സ്കൂളുകളേ രക്ഷയു ള്ളു. പല സർക്കാർ സ്കൂളുകളിലും കഴിവും അനു ഭവസമ്പത്തും ഉള്ള അധ്യാപകർ പഠിപ്പിക്കാൻ കുട്ടി കളില്ലാതെ സിനിമാക്കഥയും വീട്ടുകാര്യങ്ങളും പറഞ്ഞ് വെറുതെയിരിക്കുമ്പോ അംഗീകാരംപോലും ഇല്ലാത്ത സ്കൂളുകളിൽ പതിനായിരങ്ങൾ തിക്കിത്തി രക്കുന്നത് എന്തുകൊണ്ടാണെന്ന് ജില്ലാ വിദ്യാഭ്യാസ ഓഫീസറുടെ കസേരയിലിരുന്ന് എപ്പോഴെങ്കിലും ആലോചിച്ചിട്ടുണ്ടോ? (കൂടിനിൽക്കുന്നവരുടെ പ്രതി കരണം) ചോർന്നൊലിക്കുന്ന കെട്ടിടങ്ങൾ, നല്ലൊരു ലാബില്ല, കമ്പ്യൂട്ടറില്ല, ആവശ്യത്തിനുള്ള അധ്യാപ കരോ സ്റ്റാഫോ ഇല്ല. നേതാക്കന്മാരും സർക്കാരും മറന്നുപോയ ഈ സ്കൂളിലെ നിർദ്ധനരായ കുട്ടിക ളോട്, അല്പമെങ്കിലും ദയ കാണിക്കണമെന്ന് യാചി ച്ചുകൊണ്ട് എത്ര തവണ ഞാൻ സാറിന്റെ മുമ്പിൽ വന്നിട്ടുണ്ട്. നാട്ടുകാരുടെ സഹായത്തോടെ കൊച്ചു കൊച്ചു പരിഷ്ക്കരണങ്ങൾ വരുത്താൻ എനിക്കു കഴി ഞ്ഞിട്ടുണ്ട്. അതിന് സാറിന്റെ ഔദ്യോഗിക ഭാഷ യിലും തുഗ്ലക്ക് എന്നാണ് പേരെങ്കിൽ അതൊരു കോംപ്ലിമെന്റായി ഞാൻ സ്വീകരിക്കുന്നു.

ഡി.ഇ.ഒ : കോംപ്ലിമെന്റ് കൈയിൽ കിട്ടുന്നത് സസ്പെൻഷൻ ഓർഡറായിട്ടായിരിക്കും. അപ്പോ ഈ ആവേശം കാണില്ല.

വിനയൻ : സസ്പെൻഷൻ എന്നു പറഞ്ഞ് എന്നെ മോഹിപ്പി ക്കരുത് സാർ. സാറിനത് കഴിയില്ല. കാരണം ഞാൻ നടത്തിയത് ക്വാർട്ടേർലി എക്സാം അല്ല. അസ്സ സ്മെന്റ് ടെസ്റ്റ് ആണ്. പഠനനിലവാരത്തിൽ കുട്ടി കൾ എവിടെ നിൽക്കുന്നു എന്നറിഞ്ഞാലേ ഫെസി ലിറ്റേറ്റർ ആയ അധ്യാപകന് അവരെ ഹെൽപ്പ്

ചെയ്യാൻ പറ്റൂ. ഇതിന്റെ പേരിൽ ഡിപ്പാർട്ട്മെന്റിന്
എന്നെ ഒന്നും ചെയ്യാൻ പറ്റില്ല...ഒന്നും.

എല്ലാവരും നോക്കിനിൽക്കേ പുറത്തേക്ക് നടക്കുന്ന വിനയചന്ദ്രൻ.

-Cut to-

സീൻ 25
ക്ലാസ് റൂം

ബ്ലാക്ക് ബോർഡിൽ കാർട്ടൂൺ. വിനയചന്ദ്രന്റെ മുഖവും വാനരന്റെ ഉടലും. വാലിൽ മാലയിടാൻ നോക്കുന്ന സ്ത്രീ.

ദൃശ്യത്തിൽനിന്നും കസേരയിൽ ഇരിക്കുന്ന വിനയനിലേക്ക്. എഴു ന്നേറ്റുനിൽക്കുന്ന കുട്ടികൾ. ബോർഡിലെ ചിത്രം ചൂണ്ടി,

വിനയൻ   : ഇത് വരച്ച ആളൊഴിച്ച് ബാക്കിയുള്ളവർക്ക് ഇരിക്കാം.

ഒന്നൊന്നായി ഇരിക്കുന്ന കുട്ടികൾ.

വിനയൻ   : ഇത് വരച്ചത് ആരായാലും സ്വമേധയാ വന്ന് പറ
                      യണം. എന്നിട്ട് മതി പഠിക്കലും പഠിപ്പിക്കലും. ഓക്കെ.

വിനയൻ എഴുന്നേല്ക്കുന്നു.

പുസ്തകമെടുത്ത് പുറത്തേക്ക് പോകുന്നു.

സീൻ 25
സ്റ്റാഫ് റൂം

ചിരിയോടെ,

വി.ഡി.സി   : (കഥാപ്രസംഗ ശൈലിയിൽ) വാനരനെ പരിണയിച്ച
                      പെൺകൊടി. സഹൃദയരേ ഇതാണെന്റെ ഏറ്റവും
                      പുതിയ കഥ! പേരറിയാത്തൊരു പെൺകൊടിയെ,
                      നിന്നെ ഹാരമണിയിക്കാൻ മോഹം ഹാ, മോഹം....

വിനയൻ സ്റ്റാഫ് റൂമിലേക്ക് എത്തുന്നു.

വിനയൻ   : ഞാ നമസ്കാരം.

എസ്.കെ.   : ഞാ ക്വാർട്ടേർലി എക്സാം, പരീക്ഷാപ്പേടി, ആത്മവി
                      ശ്വാസം. എന്തൊരു പുകിലായിരുന്നു.

ചിരിച്ചുകൊണ്ട്

പവനൻ   : പിള്ളേരെ നന്നാക്കാൻ പോയിട്ട് വാലിൽ മാലയി

ടുല്ലേ സ്വീകരിച്ചത്.

അസീസ് : കൊഞ്ചൻ തുള്ള്യാ മുട്ടോളം. പിന്നേം തുള്ള്യാൽ ചട്ടീല്

ചിരിക്കുന്നു.

വി.ഡി.സി : അയ്യോ, അങ്ങിനെ പറയല്ലേ അസീസ് മാഷേ. ഇത്ത
വണത്തെ മാതൃകാ അധ്യാപകനുള്ള അവാർഡ്
വാങ്ങിക്കേണ്ട ആളാ. ബഹുമാനത്തോടെ സംസാ
രിക്ക്.

വിനയന്റെ പ്രതികരണം ശ്രദ്ധിക്കുന്ന ചാന്ദ്നി.

വിനയൻ : മിടുക്ക് കാട്ടും ചിലർ കേള്
ചിലർക്ക് മിടുക്ക് തന്ന്യന്ന്
മനസ്സിലാക്കാൻ, പടത്വമീ
രണ്ടിനുമുള്ള വിദ്വാൻ
നടക്കണം ശിക്ഷകവര്യനായ്.

അന്തം വിട്ടുനിൽക്കുന്ന വി.ഡി.സി

എല്ലാവരേയും നോക്കി,

വിനയൻ : യ്യോ, നിങ്ങളെക്കുറിച്ചല്ല, എ.ആർ തമ്പുരാൻ എന്നു
പറഞ്ഞൊരാൾ നല്ല അധ്യാപകരെക്കുറിച്ച് എഴുതി
യതാ. ഇവിടെ വന്നതിനുശേഷം ഞാൻ ഒരു പാഠം
പഠിച്ചു. ഒരധ്യാപകൻ എങ്ങിനെയാകാൻ പാടില്ല
എന്ന പാഠം. ഗുരുനാഥൻ എന്നുവെച്ചാൽ കുട്ടികളുടെ
മനസ്സിൽനിന്നും അന്ധകാരം അകറ്റുന്ന ആളെ
ന്നാണ്. നിങ്ങളുടെ ഭാഷയിൽ നന്നാക്കുവാൻ ശ്രമി
ക്കുന്നവൻ. ഞാനൊരധ്യാപകന്റെ മകനാണ്. അതി
ലുപരി സ്വയമൊരധ്യാപകനും. ക്ലാസ് റൂമിലെ ബ്ലാക്ക്
ബോർഡിൽ വരച്ചിട്ട ഒരു കാർട്ടൂൺ ചിത്രത്തിന്റെ
പേരിൽ വിദ്യാർത്ഥികളോടുള്ള എന്റെ ഉത്തരവാ
ദിത്വം ഞാൻ മറക്കാൻ ഉദ്ദേശിച്ചിട്ടില്ല.

വി.ഡി.സി : മനസ്സിലായില്ല.

വിനയൻ : ഉത്തരവാദിത്വം 'റെസ്പോൺസിബിലിറ്റി' മനസ്സിലാ
കാൻ വഴിയില്ല.

അവിടെനിന്നു പോകുന്ന വിനയചന്ദ്രൻ.

-Cut to-

സീൻ 26
വിനയന്റെ വീട്
രാത്രി – അടുക്കള

സ്റ്റൗവിൽ കഞ്ഞി തിളയ്ക്കുന്നു.
അമ്മിക്കല്ലിൽ ചമ്മന്തി അരയ്ക്കുന്ന വിനയൻ
അയാൾ നോക്കുമ്പോൾ അമ്മിക്കല്ലിന്റെ താളത്തിനൊത്ത് തല കുലുക്കി ആസ്വദിച്ചുനിൽക്കുന്ന തമ്പുരാൻ.

വിനയൻ : ഞാ ഇതാര്...

തമ്പുരാൻ : ഉമ്മറത്തെ വാതിൽ തൊറന്ന് വെച്ച് ചമ്മന്തിയരച്ച് കളിക്ക്യാ... ദേ ഈ നാടത്ര ശര്യല്ല.

വിനയൻ : അതെന്താ തമ്പുരാൻചേട്ടാ ഇപ്പഴിങ്ങനെ തോന്നാൻ.

തമ്പുരാൻ : ഇപ്പഴല്ല ജനിച്ചപ്പോ തൊട്ട് തോന്ന്യതാ. വില്ലേജാപ്പീ സില് അടിച്ചുവാരുന്ന പണ്യായിരുന്നു എനിക്കാദ്യം. ദിവസക്കൂലിക്ക്, അവിടുത്തെ സാറന്മാര് സ്വീപ്പറേ, സ്വീപ്പറേന്ന് മാത്രമേ വിളിക്കൂ. അങ്ങനെ ഞാനെന്റെ പേരുപോലും മറന്നുപോയി. ഒരുദിവസം കുഞ്ഞിരാ മേട്ടാ എന്നൊരു കിളിശബ്ദം. നോക്ക്യപ്പം പുതു തായി വന്ന അസിസ്റ്റന്റ് വില്ലേജാപ്പീസറ് ലളിതാം ബിക. അവർ പറഞ്ഞു സ്വീപ്പറേന്ന് വിളിക്കുന്ന നാവു കൊണ്ട് 'തമ്പുരാനേ' വിളിപ്പിക്കണമെന്. അങ്ങന്യാ ഞാൻ തമ്പുരാനായത്. എന്നെ തമ്പുരാനാക്കിയ ലളി താംബിക എന്റെ തമ്പുരാട്ടിയായി. രണ്ട് ജാതീല് പെട്ടവര് കല്യാണം കഴിച്ചാ ജനിക്കണ കുട്ടിക്ക് ഭയ ങ്കര ബുദ്ധിണ്ടാവൂന്നാ എല്ലാരും പറയാറ്. പക്ഷേ, ഞങ്ങക്കൊരു തമ്പുരാൻകുട്ട്യേ ഈശ്വരൻ തന്നില്ല. (വിനയചന്ദ്രന്റെ അടുത്തുചെന്ന്)പക്ഷേ ഇപ്പം ഒരനി യൻകുട്ട്യേ തന്നു.

വിനയൻ : നല്ല ഫിറ്റാണല്ലോ. ഇന്നെന്തു പ്രമാണിച്ചാ? സന്തോ ഷമോ, സങ്കടോ...

തമ്പുരാൻ : 250 മില്ലീ സന്തോഷം. 300 മില്ലീ സങ്കടം വന്നപ്പോ കുടിച്ചു.

വിനയൻ : എന്താണാവോ ഇന്നത്തെ സന്തോഷത്തിനും സന്താ പത്തിനും കാരണം?

തമ്പുരാൻ	: ആ പെരട്ട എസ്.കെയെയും അയാൾടെ വാല് വി. ഡി.സിയെയും വിയർപ്പിച്ച് ഇരുത്തീലേ. അതിന്റെ സന്തോഷം 250 മില്ലീ.
വിനയൻ	: അപ്പോ ബാക്കി മുന്നൂറോ...

സങ്കടം വരുത്തി

തമ്പുരാൻ	: വിനയചന്ദ്രന്റെ ലൈഫ് ലാവ്‌ലിൻ കേസ്സു പോലാ യിപ്പോകുമോ എന്നോർത്തപ്പം സങ്കടം വന്നു. അതിന് 300. തന്നെ പ്രോസിക്യൂട്ട് ചെയ്യാൻ വഴി അന്വേഷിച്ചു നടക്ക്വാ അവന്മാര്.
വിനയൻ	: നടക്കട്ടെ തമ്പുരാൻ ചേട്ടാ. എന്തെങ്കിലും ചെയ്യുന്ന വരെയല്ലേ വിമർശിക്കൂ. തമ്പുരാൻ ചേട്ടൻ ഇരിയ്ക്ക്. ഞാനീ പപ്പടമൊന്നു കാച്ചട്ടെ. എന്നിട്ട് എല്ലാംകൂടെ കൂട്ടി ഒരു കഞ്ഞികുടി.
തമ്പുരാൻ	: സഹപ്രവർത്തകർ കഞ്ഞികളാണെങ്കിലും നമ്മുടെ വിശപ്പുമാറ്റാൻ കഞ്ഞിതന്നെ വേണം.

വിനയൻ നടക്കുമ്പോൾ.

തമ്പുരാൻ	: വിനയാ...

തമ്പുരാന്റെ ശബ്ദത്തിലെ മാറ്റം ശ്രദ്ധിച്ച്,

വിനയൻ	: ഊം...
തമ്പുരാൻ	: ഇപ്പോ പിള്ളേരുടെ പരിഹാസവും അതിര് കടന്നു അല്ലേ?

'ഏയ് എന്നു പറഞ്ഞ് മുഖംതിരിക്കുന്ന വിനയൻ.

പപ്പടത്തിന്റെ പാക്കറ്റ് എടുത്തുകൊണ്ട്, വിഷമം കലർന്ന ചിരി,

വിനയൻ	: അതൊന്നും എന്നെ ബാധിക്കില്ല തമ്പുരാൻചേട്ടാ. കാരണം എനിക്കൊരു ലക്ഷ്യമുണ്ട്.
തമ്പുരാൻ	: എന്നാലും ഇതങ്ങനെ വിട്ടുകൂടാ വിനയാ. എല്ലാ ത്തിനേം നിരത്തി നിർത്തി കുറുപ്പുസാറിന്റെ ചൂരല് കൊണ്ട് പുറംകൈയിൽ പെടാ പെടാന്ന് അടിക്കണം. അപ്പോ സത്യം പറയും, വഷളന്മാര്.

-Cut to-

മാണിക്യക്കല്ല്

ടേബിളിൽ വെക്കപ്പെടുന്ന ചൂരൽ

ആകാംക്ഷയോടെ കുട്ടികൾ

വിനയൻ   : ഞാൻ പത്തുവരെ ബോർഡിലെഴുതും. അതിനു
                   മുമ്പേ ഇത് വരച്ച ആൾ എഴുന്നേറ്റുനിൽക്കണം.
                   സത്യം പറയാതെ ആരും ക്ലാസുവിട്ട് പുറത്ത്
                   പോകില്ല.

വിനയൻ ബോർഡിനടുത്തേക്ക്.

വിനയചന്ദ്രൻ ഒന്ന് എന്നെഴുതിത്തുടങ്ങുന്നു.

ശ്വാസമടക്കിപ്പിടിച്ച് കുട്ടികൾ.

ബോർഡിലിപ്പോ 5 വരെ എഴുതിക്കഴിഞ്ഞു.

ബോർഡിലിപ്പോ 8 വരെ എഴുതിക്കഴിഞ്ഞു.

കുട്ടികളുടെ പ്രതികരണം.

9 എന്നെഴുതിത്തുടങ്ങുന്ന വിനയൻ.

10 എന്നെഴുതാൻ ചോക്ക് ബോർഡിലേക്ക് പതിപ്പിക്കുമ്പോൾ, തിരി
ഞ്ഞു നോക്കുന്ന വിനയൻ.

മേശയ്ക്കുമുന്നിൽ ബഷീർ.

വിനയൻ അവന്റെ അടുത്തേയ്ക്ക്.

സുമേഷിന്റെയും കിരണിന്റെയും കണ്ണുകളിൽ ഭീതി.

ബഷീറിന്റെ മുന്നിലെത്തുന്ന വിനയൻ.

യാന്ത്രികമായി അയാളുടെ മുന്നിലേക്ക് കൈനീട്ടുന്ന ബഷീർ.

ബഷീറിന്റെ കണ്ണുകൾക്കു മുന്നിൽ ചൂരൽ.

ശിക്ഷ വാങ്ങാനുള്ള തയ്യാറെടുപ്പോടെ കണ്ണുകളടയ്ക്കുന്ന ബഷീർ.

രജിസ്റ്ററിനുള്ളിൽനിന്ന് കളർബോക്സ് എടുക്കുന്ന വിനയചന്ദ്രന്റെ കൈ.

വിനയചന്ദ്രന്റെ മുഖത്ത് മന്ദസ്മിതം.

നീട്ടിപ്പിടിച്ച ബഷീറിന്റെ കൈയിൽ വെക്കപ്പെടുന്ന പേന.

സ്പർശനമറിഞ്ഞ കണ്ണുതുറക്കുന്ന ബഷീർ.

അവന്റെ കാഴ്ചയിൽ കളർബോക്സ്.

വിശ്വസിക്കാനാവാതെ ബഷീർ.

അവന്റെ കണ്ണുകൾ ആർദ്രമാവുന്നു.

വിനയൻ : ശിക്ഷിക്കാൻ വേണ്ടിയല്ല, അഭിനന്ദിക്കാൻ വേണ്ടിയാ അന്വേഷിച്ചോണ്ടിരുന്നത്.

ദീർഘനിശ്വാസത്തിനുശേഷം ആശ്വാസത്തിലിരിക്കുന്ന കുട്ടികൾ.

വിനയൻ : എന്നെ നിങ്ങളെന്തിന് പേടിക്കണം. ഞാൻ നിങ്ങളെ പഠിപ്പിക്കാൻ വന്ന അധ്യാപകനല്ലേ.

കുട്ടികൾ ശ്വാസം വിടാതെ ചിരിക്കണോ വേണ്ടയോ എന്ന സംശയ ത്തിൽ

വിനയൻ : എന്റെ ചങ്ങാതിമാരേ, നിങ്ങള് ശ്വാസം വിട്ടൊന്ന് ചിരിക്ക്.

കുട്ടികൾ ആശ്വാസത്തോടെ ചിരിക്കുന്നു.

വിനയൻ : ഈ പ്രായത്തില് ഞാനും അത്യാവശ്യം കുരുത്ത ക്കേടൊക്കെ കാണിച്ചിട്ടുണ്ട്. പക്ഷെ, ചെയ്ത കാര്യം ഏറ്റുപറയാനുള്ള ചങ്കൂറ്റം ഉണ്ടായിരുന്നു. ഈ ചങ്കൂറ്റം എന്നു പറയുന്നത് ഞാൻ ജനിച്ചപ്പോ കൂടെ പൊട്ടി മുളച്ച് ഉണ്ടായതൊന്നുമല്ല. ഒരു പിറന്നാൾ സമ്മാന മായി അച്ഛൻ തന്ന ഒരു പുസ്തകം. മഹാത്മാഗാ ന്ധിയുടെ 'എന്റെ സത്യാന്വേഷണ പരീക്ഷണങ്ങൾ' ആ പുസ്തകവും എഴുത്തുകാരനുമാണ് അതിന്റെ കാരണം. നിങ്ങളാരെങ്കിലും വായിച്ചിട്ടുണ്ടോ അത്.

കുട്ടികളിൽ മൗനം.

വിനയൻ : കുട്ടിക്കാലത്ത് സന്ധ്യ കഴിഞ്ഞാൽ പ്രേതങ്ങളെ പേടിച്ച് പുറത്തിറങ്ങാതിരുന്ന ഗാന്ധി, പിന്നീട് വക്കീ ലായപ്പോ ആദ്യമായി ഒരു പെറ്റിക്കേസ് വാദിക്കാൻ

കോടതിയിലെത്തി. അന്നദ്ദേഹം കോടതി വളപ്പിൽ
നിന്നും പേടിച്ചോടിയ സംഭവം വളരെ രസകരമായി
അതിൽ വിവരിച്ചിട്ടുണ്ട്. പിന്നീടൊരിക്കൽ അദ്ദേഹം
തയ്യാറാക്കിയ ഹർജി വായിച്ച് സുഹൃത്തുക്കൾ
പ്രോത്സാഹിപ്പിച്ചു. അതദ്ദേഹത്തിന് ഒരുപാട് ആത്മ
വിശ്വാസം നൽകി. ആ ചെറിയ കാര്യത്തിന് കിട്ടിയ
അംഗീകാരത്തിൽ തുടങ്ങിയ യാത്രയാണ് മോഹൻ
ദാസ് എന്ന സാധാരണക്കാരനെ സൂര്യനസ്തമി
ക്കാത്ത സാമ്രാജ്യത്തെ മുട്ടുകുത്തിച്ച മഹാത്മാഗാ
ന്ധിവരെ എത്തിച്ചത്. അതുപോലെ നിങ്ങൾ ഓരോ
രുത്തരിലും ഓരോ കഴിവുണ്ട്. ദൈവം അവന്റെ
ശക്തിയുടെ അംശം ഓരോ വ്യക്തിയിലും പതിപ്പി
ച്ചിട്ടുണ്ട്. പഠനത്തോടൊപ്പം അതു കണ്ടെത്തേണ്ടത്
നമ്മളാണ്.

ബഷീറിനെ ചേർത്തുപിടിച്ച്

വിനയൻ : ബഷീർ നമ്മുടെ സ്കൂളിന്റെ അഭിമാനമാണ്. ഈ
വർഷത്തെ കൈയെഴുത്തു മാസികയുടെ മുഖചിത്രം
വരയ്ക്കാൻ പോകുന്നത് ബഷീറാണ്.

ലോകം വെട്ടിപ്പിടിച്ച സന്തോഷത്തിൽ ബഷീർ.
കുട്ടികൾ കൈയടിക്കുന്നു.

-Cut to-

സീൻ 27 എ
സോങ്ങ്
ഓലക്കുട ചൂടുന്നൊരു...

പഠനയാത്രയുടെ ബാനർ കെട്ടിയ ബസ്സിൽ തുടക്കം.
വിദ്യാർത്ഥികളും വിനയചന്ദ്രനും ചേർന്നുള്ള ആഹ്ലാദനിമിഷങ്ങൾ

-Cut to-

സീൻ 28
കുറുപ്പിന്റെ വീട്
ബെഡ് റൂം

ഒരുങ്ങുന്ന കുറുപ്പ്.

പെർഫ്യൂം ബോട്ടിലിന്റെ നോബിൽ വിരലമർത്തുന്ന കുറുപ്പിൽനിന്നും തുടക്കം.

ഇടതുവലതു കക്ഷങ്ങളിൽ സ്പ്രേ ചെയ്ത് കണ്ണാടിയിൽ നോക്കി ഭംഗി ഉറപ്പു വരുത്തി ഡൈനിംഗ് റൂമിലേക്ക്.

കുറുപ്പ് : രാഗീ ഏഴുമണി കഴിഞ്ഞ് 56 മിനുട്ടായി. നീ എന്തെടുക്ക്വാ...

അടുക്കളയിൽനിന്നും രാഗിണിയുടെ

ശബ്ദം : ഞാൻ കുന്തം പുഴുങ്ങ്വാ. അവിടെങ്ങാനം അടങ്ങി ഇരിക്ക്.

അനുസരണയോടെ കസേര വലിച്ച് ഇരിക്കുന്നു.

അടുക്കളയിലേക്കു നോക്കി.

കുറുപ്പ് : രാഗീ...സമയം ഏഴുമണി കഴിഞ്ഞ് 57 മിനുറ്റായി.

ആവി പറക്കുന്ന പുട്ടുംകുറ്റിയുമായി വന്നുകൊണ്ട്,

രാഗി : നിങ്ങളെന്താ ആകാശവാണി വാർത്ത വായിക്ക്യാ.

പുട്ട് ടേബിളിലെ പാത്രത്തിൽ ഉന്തിക്കൊണ്ട്,

രാഗി : 10 മണീടെ ലോങ് ബെല്ലടിച്ചാലേ സ്കൂളിലേക്ക് പോകൂന്ന് വാശി പിടിക്കുന്ന ആളിപ്പോ 8 മണി ആകുമ്പോ തൊടങ്ങും, രാഗീ പുട്ടായോ, കറിയായോ എന്ന്. ഇവിടെ ഇത്തിരി തേങ്ങ ചിരകിത്തരാൻ പോലും ആരുല്ല.

ടേബിളിൽ താളംപിടിച്ച് ചിരിയോടെ കുറുപ്പ്,

രാഗി : അല്ലാ ഇത്രേം നേരത്തെ എഴുന്നെള്ളിപ്പോയിട്ട് എന്തു പണ്യാ അവിടെ ചെയ്യണേ.

കുറുപ്പ് : ന്റെ രാഗീ അരക്കൊല്ലപരീക്ഷ വരല്ലേ. എസ്.എസ്. എൽ.സി ബാച്ചിന് എട്ടരയ്ക്ക് ക്ലാസ് തുടങ്ങും. ഞങ്ങ ളെല്ലാവരും ചേർന്ന് ഒത്തുപിടിയ്ക്ക്യാ. എന്നിട്ടുവേ ണം ആ ഡി.ഇ.ഒ ക്ണാപ്പന്റെ മുന്നിലൊന്ന് നിവർന്നു നിൽക്കാൻ.

രാഗി : അങ്ങനെ ഫുള്ളായിട്ട് നിവർന്നുനിൽക്കാൻ വരട്ടെ. പബ്ലിക് എക്സാമിന്റെ റിസൽട്ട് വരുമ്പം നിവരാൻ

ഇത്തിരി ബാക്കിവെച്ചേക്ക്.

അവൾ പറഞ്ഞത് രസിക്കാതെ കുറുപ്പ്

രാഗി : ഫാക്ടംഫോസ്

'ങ്ങേ' എന്നു പറഞ്ഞ് നോക്കുന്ന കുറുപ്പ്.

രാഗി : ഓ നിങ്ങളെ വിളിച്ചതല്ലേ, ഫാക്ടം ഫോസിന്റെ സ്റ്റോക്ക് തീർന്നിട്ട് ദിവസം നാലായീന്ന് പറയുവായി രുന്നു...

കുറുപ്പ് : ഇതൊക്കെ എന്നോടെന്തിനാ പറയണേ?

രാഗി : ദേ ഞാനൊരു കാര്യം പറഞ്ഞേക്കാം. വീടുപണീം ബിസിനസ്സും കൂടി ഒരുമിച്ച് കൊണ്ടോവാൻ എന്നെ ക്കൊണ്ട് പറ്റില്ല.

വിമ്മിട്ടത്തോടെ,

കുറുപ്പ് : രാഗീ, ഞാൻ വണ്ണാൻമല ഹൈസ്കൂളിലെ ഹെഡ് മാസ്റ്ററാണേ... അത് മറന്നോ നീയ്.

രാഗി : അയ്യോ, ഞാനറിഞ്ഞില്ലല്ലോ. എപ്പഴാ ഇതു സംഭവി ച്ചത്.

കുറുപ്പ് : ഇന്നലെ രാത്രി പന്ത്രണ്ടുമണിക്ക്.

സോഫ്ടായി

കുറുപ്പ് : മുമ്പത്തെപ്പോലെ അല്ല ഇപ്പം. പഠിപ്പിക്കാൻ ടീച്ചേ ഴ്സിനും പഠിക്കാൻ കുട്ട്യോൾക്കും ഭയങ്കര വാശ്യാ.

അഭിമാനത്തോടെ,

: സ്റ്റൂഡന്റ് സിന് എന്നോട് എന്ത് റെസ്പെക്ടാണെന്ന റിയോ

സ്വകാര്യം പറയുന്നപോലെ,

: അവരിപ്പന്നെ മറ്റേപ്പേര് വിളിക്കാറില്ല...

രാഗി : മറ്റേപ്പേരോ?

കുറുപ്പ് : അല്ലയീ... ഫാക്ടംഫോസ്.

-Cut to-

സീൻ 29
സ്കൂൾ
Half Yearly Exam

എഴുതുന്ന കുട്ടികൾ.

മനുവിന്റെ മൊബൈലിൽ കോൾ വരുന്നു.
ടീച്ചറെ ശ്രദ്ധിച്ച് ഫോണെടുത്ത് നോക്കി പോക്കറ്റിലിടുന്നു.
ഉത്തരക്കടലാസ് മടക്കി അവൻ എഴുന്നേൽക്കുന്നു.
മനു ഉത്തരക്കടലാസ് പവനൻമാഷിന് നൽകുന്നു.

പവനൻ   : കഴിഞ്ഞോ

മനു   : ഉഹാ.

മനു പുറത്തേക്കു പോകുന്നു.

-Cut to-

സീൻ 30
പുഴയുടെ കര

മറുകരയോട് ചേർത്തുകെട്ടിയിട്ട വള്ളം
അതിന്റെ പോയിന്റ് ഓഫ് വ്യൂ.
കരയിലേക്ക് അടുത്തുകൊണ്ടിരിക്കുന്ന മനുവിന്റെ തോണി.
തോണി കരയ്ക്കടുപ്പിച്ച് അത് കെട്ടിയിടുന്നു.
ചുറ്റുംനോക്കി, കന്നാസ് കെട്ടിയ കയർ അഴിക്കാൻ തുടങ്ങുമ്പോൾ
ഒളിച്ചിരുന്ന മൂന്ന് എക്സൈസ് ഓഫീസർമാർ അവന്റെ മുന്നിലേക്ക്
ചാടി വീഴുന്നു. മനു പുഴയിലേക്ക് ചാടാൻ തുടങ്ങുമ്പോൾ പോലീസു
കാർ അവനെ തടയുന്നു.
കന്നാസ് കെട്ടിയ കയർ വാങ്ങി വലിക്കുന്ന പോലീസുകാരൻ.
മുകളിലേക്കുയരുന്ന കന്നാസ്.
മനു കുതറിയോടുന്നു.
അവന്റെ മുന്നിൽ സഡൻ ബ്രേക്കിടുന്ന പോലീസ് വാഹനം
അതിൽനിന്ന് ഇറങ്ങുന്ന പോലീസ് ഇൻസ്പെക്ടർ. പിന്തിരിഞ്ഞ് ഓടാൻ
നോക്കുന്ന മനു. പിന്നിൽ ഓടിയെത്തുന്ന പോലീസുകാരെ കാണുന്നു.
പോലീസുകാരോട്,

ഇൻസ്പെക്ടർ   : കന്നാസ് അവന്റെ തലയിൽ വെച്ചിട്ട് കവലവരെ നട
ത്തിച്ച് ജീപ്പിൽ കേറ്റ്യാൽ മതി. എല്ലാവരും അറിയട്ടെ, പുതിയ ഇൻസ്പെ
ക്ടർ ആരാണെന്ന്.

-Cut to-

കവല

മുന്നിൽ ഇൻസ്പെക്ടർ.

പോലീസുകാർ.

മനുവിന്റെ തലയിൽ കന്നാസ്.

പുറകെ എക്സൈസ് ജീപ്പ്.

നോക്കിനിൽക്കുന്നവർ. ടെയ്‌ലർ വർഗീസ്, ക്ലബ്ബ് പ്രവർത്തകർ.

-Cut to-

സീൻ 31
എക്സൈസ് ഇൻസ്പെക്ടറുടെ ഓഫീസ്

ഓട്ടോറിക്ഷയിൽ വന്നിറങ്ങുന്ന വിനയചന്ദ്രൻ.

അകത്ത് തറയിൽ ഇരിക്കുന്ന മനു.

ഓഫീസിനകത്തേക്ക് എത്തുന്ന വിനയൻ ഇൻസ്പെക്ടറെ കാണു

ന്നു.

വിനയൻ : നമസ്കാരം സാർ. ഞാൻ വണ്ണാൻമല ഗവൺമെന്റ്
മോഡൽ ഹൈസ്കൂളിലെ അധ്യാപകനാണ്.

ഇൻസ്പെക്ടർ : വിനയചന്ദ്രൻ ഇരിക്ക്.

ഇരിക്കുന്ന വിനയചന്ദ്രൻ.

ഇൻസ്പെക്ടർ : മറ്റാരും വരില്ലെന്നെനിക്കറിയാമായിരുന്നു.

മറ്റൊരു മുറിയിലേക്കു നോക്കി,

ഇൻസ്പെക്ടർ : പീതാംബരാ, പത്രാപ്പീസിലേക്ക് വിളിച്ചുപറഞ്ഞില്ലേ?

ശബ്ദം : പറഞ്ഞു സാർ.

വിനയനോട്

ഇൻസ്പെക്ടർ : ആ ചെറുക്കന്റെ ഫോട്ടോ എടുക്കാനാ. എന്തായാലും സ്കൂളിന് ഗംഭീരമായൊരു പേരുണ്ടല്ലോ. അക്കൂട്ടത്തിൽ ഒരു ക്രെഡിറ്റുകൂടി ഇരിക്കട്ടെ. ചാരായക്കടത്ത് സ്കൂൾ വിദ്യാർത്ഥി പിടിയിൽ.

വിനയൻ : സാർ അത്...

ഇൻസ്പെക്ടർ : അതും ഇതും ഇല്ല. സർക്കാർ ചാരായക്കച്ചോടം നിർത്ത്യപ്പം മുതൽ സകലമാന ജനങ്ങൾക്കും പരാതിയോട് പരാതി. ഞങ്ങൾ മാസാമാസം ശമ്പളം വാങ്ങി ഫാനിന് താഴെ കസേരയിട്ടങ്ങനെ സുഖിക്ക്യാന്ന്. അപ്പോ ഇടയ്ക്ക് ഇതുപോലെ ചില ന്യൂസ് വന്നില്ലെങ്കിൽ... ആപ്പീസ് പൂട്ടി താക്കോലു കൊടുക്കാൻ വകുപ്പുമന്ത്രീടെ ചിറ്റ് വരും. ഞങ്ങക്കും കഞ്ഞി കുടിക്കണ്ട മാഷേ.

വിനയൻ : സാർ, പ്ലീസ്. അവന്റെ പേരിൽ കേസെടുക്കരുത്. ഹാഫ് ഇയർലി എക്സാം നടന്നുകൊണ്ടിരിക്കുക യാണ്.

ഇൻസ്പെക്ടർ : നടന്നോട്ടെ. വലിയ വലിയ പരീക്ഷ എഴുതാനുള്ള കാര്യം ഇപ്പം ജയിലിലും കിട്ടും. ഇതുപോലെയുള്ള കുട്ടിക്കുറ്റവാളികളെ നിയമത്തിന് മുന്നിൽ കൊണ്ടു വന്നാലേ നാടിന് രക്ഷയുള്ളൂ മാഷേ. ഇപ്പോ ക്വട്ടേ ഷൻ സംഘത്തിലും കഞ്ചാവുകടത്തിലും പിടിച്ചുപ റിക്കേസിലും മുഖ്യപ്രതികൾ സ്കൂൾ പിള്ളേരാ.

വിനയൻ : ഞാനൊരു തെറ്റിനെ ന്യായീകരിക്കാൻ ശ്രമിക്കയല്ല. പക്ഷേ, ഇവിടുത്തെ ചുറ്റുപാടുകൾ സാറിനറിയാ മല്ലോ?

ഇൻസ്പെക്ടർ : അറിയാം. നന്നായിട്ടറിയാം. കശുവണ്ടിക്ക് കൊല്ലം, കയറിന് ആലപ്പുഴ, കൈത്തറിക്കും കഴുത്തുവെട്ടിനും കണ്ണൂർ, കള്ളച്ചാരായത്തിന് വണ്ണാൻമല, ഈ റെക്കോർഡ് ഞാൻ തിരുത്തും. മല മുഴുവൻ അരി ച്ചുപെറുക്കി ശുദ്ധം ചെയ്തിട്ടേ ഞാനിവിടുന്നിറങ്ങൂ.

മാണിക്യക്കല്ല്

കരിങ്കൽക്കുഴീം ചെങ്കൽക്കുഴീം... കൂടെ കുറെ ചെക്ക
ന്മാരും. മുലപ്പാലിന്റെ മണം മാറീട്ടില്ല ഇതിനൊന്നും.

വിനയൻ : സാർ, അവനെല്ലാം നിർത്തിയതായിരുന്നു. നല്ലൊരു
ജീവിതത്തിലേക്ക് തിരിച്ചുവരാൻ ശ്രമിച്ചുകൊണ്ടിരി
ക്കുന്ന അവനെ വീണ്ടും....

ഇൻസ്പെക്ടർ : എന്നാലൊരു സ്വീകരണം ഏർപ്പാടാക്കി സ്വർണ്ണപ്പ
തക്കം കൊടുക്കാം എന്റെ മാഷേ, നിങ്ങളെപ്പോലുള്ള
ആൾക്കാർ ഇവനെപ്പോലുള്ള ക്രിമിനൽസിനുവേണ്ടി
വക്കാലത്ത് പറയരുത്.

വിനയൻ : അവൻ ചെയ്തത് തെറ്റുതന്നെയാണ് സാർ. പക്ഷേ
ഇതുപോലെയുള്ള കുട്ടികളെ ഇത്തരം പ്രവൃത്തിക
ളിലേക്ക് നയിക്കുന്നവരല്ലേ യഥാർത്ഥ കുറ്റക്കാർ.

ഇൻസ്പെക്ടർ : മാഷ് പറഞ്ഞത് ശര്യാ. അവനു പിന്നിൽ കരിങ്കൽ
ക്കുഴ്യാ. അതെനിക്കറിയാം. പക്ഷേ,അയാളുടെ വാറ്റു
കേന്ദ്രങ്ങൾ എവിടെയൊക്കെയാണെന്ന് എത്ര ചോദി
ച്ചിട്ടും അവൻ പറയുന്നില്ല. പറയിക്കാനുള്ള സൂത്ര
പ്പണി അറിയാഞ്ഞിട്ടല്ല...കൊച്ചായിപ്പോയി.

വിനയന്റെ നേരെ കൈ ചൂണ്ടി,

ഇൻസ്പെക്ടർ : താങ്കളുടെ ശിഷ്യസ്നേഹം, നല്ലൊരദ്ധ്യാപകന്റെ
മനസ്സ്. ഞാൻ അപ്രീഷിയേറ്റ് ചെയ്യുന്നു. പക്ഷേ,
സോറി, മാസങ്ങളായി ഞങ്ങൾ കാത്തിരുന്ന് കഷ്ട
പ്പെട്ട് കിട്ട്യതാ ഈ ഉരുപ്പടി. ഇത് മിസ്സ് ചെയ്യാൻ
പറ്റില്ല. ഇവനെ വെച്ച് ഞാനാ കരുണനെ പൂട്ടും.

മനുവിന്റെ പ്രതികരണം

വിനയൻ : സാറിനു വേണ്ടത് തെളിവുകളല്ലേ. അതു ഞാൻ
തരാം. കരിങ്കൽക്കുഴിയുടെ വാറ്റ് കേന്ദ്രങ്ങൾ എവി
ടെയൊക്കെയാണെന്ന് ഞാൻ കാട്ടിത്തരാം. പക്ഷേ
മനുവിനെ റിലീസ് ചെയ്യണം സാർ. അവന്റെ പേരിൽ
കേസെടുക്കരുത്.

കോൺസ്റ്റബിൾ പീതാംബരൻ വന്ന്,

 : സാർ പത്രക്കാരെത്തീട്ട്ണ്ട്.

ആലോചനയോടെ,

ഇൻസ്പെക്ടർ : വേണ്ട, അവരോട് പോയ്ക്കോളാൻ പറയൂ.

പീതാംബരൻ : ശരി സാർ.

95

ആശ്വാസത്തോടെ വിനയൻ

വിനയൻ   : താങ്ക് യു സാർ.

-Cut to-

സീൻ 32
വണ്ണാൻമലയിലേക്കുള്ള റോഡ്

വേഗതയിൽ വരുന്ന എക്സൈസ് വാഹനങ്ങൾ
വണ്ണാൻമല ജംഗ്ഷൻ
പല വഴിയിലേക്ക് തിരിയുന്ന വാഹനങ്ങൾ

-Cut to-

സീൻ 32 എ)
കരിങ്കൽക്കുഴിയുടെ സങ്കേതം

ജീപ്പോടിച്ചു വരുന്ന കരിങ്കൽക്കുഴി. തകർന്നുകിടക്കുന്ന വാറ്റു സാധ
നങ്ങൾ. തിളച്ച മുഖവുമായി ജീപ്പിനടുത്തുനിൽക്കുന്ന കരിങ്കൽക്കുഴി.
ഒളിച്ചുനിന്ന സഹായി ഓടിവന്ന്,

സഹായി   : എക്സൈസുകാർ എല്ലാം തകർത്തുകളഞ്ഞു കരു
                   ണേട്ടാ. തല്ലു കൊണ്ടപ്പോ ചെക്കൻ എല്ലാം പറഞ്ഞു
                   കാണും

കരിങ്കൽക്കുഴി   : അവനല്ല ഒറ്റിയത്. ആ മാഷാ. വിനയചന്ദ്രൻ

Cut to-

സീൻ 33
വിനയചന്ദ്രന്റെ വീട്
രാത്രി

വഴിയിലൂടെ വരുന്ന കരിങ്കൽക്കുഴിയുടെ ജീപ്പ്

വീടിനുമുന്നിൽ വന്നുനിൽക്കുന്നു.

അതിൽനിന്നിറങ്ങുന്ന ഗോപാലനും സംഘവും വിനയന്റെ വീട്ടിലേ
ക്ക്. ഉമ്മറത്ത് മണി അടിക്കുന്നു.

വാതിൽ തുറക്കപ്പെടുന്നു.

പുറത്തേക്കു നോക്കുന്ന വിനയൻ.

ഇരുളിൽ ഗോപാലൻ

പുറത്തേക്കിറങ്ങിയ വിനയചന്ദ്രൻ ഗോപാലനരികിലേക്ക്. പിറകിൽ
വടികളുമായി കുറേപേര്. പിന്നിൽനിന്നും ഒരാൾ വിനയചന്ദ്രനെ വടി
കൊണ്ട് അടിക്കുന്നു. മുറ്റത്തെ ഇരുട്ടിലേക്ക് തെറിച്ചുവീഴുന്ന വിനയൻ.
മറ്റു സംഘാംഗങ്ങൾ ചാടിവീഴുന്നു. അവർ വിനയചന്ദ്രനെ പലതവണ
അടിക്കുന്നു. ഗുണ്ടകൾ തിരിച്ചുപോകുന്നു. മുറ്റത്ത് അവശനായി കിട
ക്കുന്ന വിനയചന്ദ്രൻ.

Interval

സീൻ 34

ഹോസ്പിറ്റൽ

ബെഡ് റൂം

ബെഡിൽ ഇരിക്കുന്ന വിനയൻ. നെറ്റിയിൽ മുറിവ് വെച്ചുകെട്ടിയിട്ടു
ണ്ട്.കുറുപ്പ് അയാളുടെ അടുത്തുചെന്ന് സ്റ്റൂൾ നീക്കി ഇരിക്കുന്നു.

കുറുപ്പ്   : വേറൊന്നും തോന്നരുത്. സൂചിപ്പിക്കുമ്പോഴൊക്കെ
                     വിനയചന്ദ്രൻ ഒഴിഞ്ഞുമാറുന്നതുകൊണ്ട് ചോദിക്ക
                     ണ്ടാന്ന് വിചാരിച്ചതാ.

ഒന്ന് സംശയിച്ച്,

                   : വീട്ടിലറിയിക്കണ്ടേ.

നേർത്ത ചിരിയോടെ,

വിനയൻ   : പ്രത്യേകിച്ചൊരു ഉത്തരമില്ല പറയാൻ. അതുകൊണ്ടാ
                     ചോദിക്കുമ്പോഴൊക്കെ ഒഴിഞ്ഞുമാറുന്നത്. വീടുണ്ട്
                     രണ്ടെണ്ണം. പക്ഷേ, ആളില്ല. പിന്നെ കുറച്ച് റിലേ
                     റ്റീവ്സ് ഒക്കെയുണ്ട്. മരിക്കാതെ ബാക്കിണ്ടല്ലോ.
                     അതുകൊണ്ട് തൽക്കാലം ഒന്നും അറീക്കണ്ട.

കുറുപ്പിന്റെയും തമ്പുരാന്റെന്നും മുഖത്ത് വിഷമം.

എസ്.കെ   : പ്രതികളെ ഉടനെ കസ്റ്റഡിയിലെടുക്കാൻ യൂണിയൻ

97

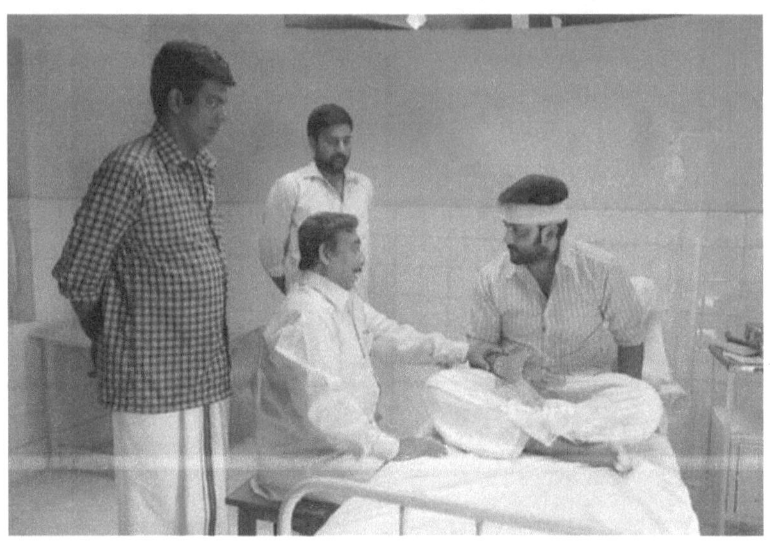

ലീഡേഴ്സ് പ്രഷര്‍ ചെയ്യുന്നുണ്ട്.

ചിരിച്ചുകൊണ്ട്,

വിനയൻ : ഞാനതിന് യൂണിയന്‍ മെമ്പറൊന്നുമല്ലല്ലോ മാഷെ. വെറുതെ ലീഡേഴ്സിനെ ബുദ്ധിമുട്ടിക്കണ്ട.

തമ്പുരാന്‍ : ഏതു സംഘടനയായാലും ലോകത്തുള്ള അധ്യാപ കര്‍ക്കെല്ലാം സിന്ദാബാദ് ഒന്നെന്യാ. അല്ലേ.

എസ്.കെ. ചിരി വരുത്തുന്നു.

കുറുപ്പ് : അപ്പോ വൈകീട്ട് വരാം...കുഞ്ഞിരാമന്‍ അല്ല, തമ്പു രാന്‍ ഇവിടുണ്ടാവും.

തലകുലുക്കുന്ന വിനയൻ.

ബെഡ്ഡിലേക്ക് കിടക്കുന്ന വിനയൻ.

-Cut to-

സീന്‍ 35
ചാന്ദ്നിയുടെ വീട്
INT

അരിപ്പാത്രത്തിൽനിന്നും കടലാസിലേക്ക് വെക്കുന്ന മുട്ട.

അവിടെ എത്തുന്ന വിലാസിനി.

വിലാസിനി   : ആർക്കാടീ ഇത്?

ചാന്ദ്നി   : വിനയൻമാഷെ ഇന്നലെ വാർഡിലേക്ക് മാറ്റി. വെറും കൈയോടെ എങ്ങിന്യാ പോവ്വാ.

വിലാസിനി   : നാണമില്ലെടീ നിനക്കിതും കെട്ടിപ്പെറുക്കിക്കൊണ്ട് പോകാൻ. ഒരുകിലോ ആപ്പിളോ ഓറഞ്ചോ വാങ്ങി ച്ചൂടെ നിനക്ക്.

ചാന്ദ്നി   : എന്റെ കൊച്ചേ അതിന് ഞാൻ കാശ് കൊടുക്കണ്ടേ. അത്വല്ലാ തല്ലുകൊണ്ട് ചളങ്ങ്യ ശരീരല്ലേ. പച്ചമുട്ട ബെസ്റ്റാ. മർമ്മാണി ചേർത്ത് കുടിച്ചാ ചോരക്കല്ലിപ്പ് മാറും.

വിലാസിനി   : എന്നാ ഞാനിത്തിരി പൊടിയരിക്കഞ്ഞിണ്ടാക്കിത്തരാം.

ചാന്ദ്നി   : പിന്നെ, കഞ്ഞി കൊടുത്ത് സൽക്കരിക്കാൻ സമ്മന്ത ക്കാരനല്ലേ. അതൊക്കെ വാങ്ങിക്കൊടുക്കാൻ അവി ടാളുണ്ട്.

വിലാസിനി   : ഇങ്ങനെ അറുത്ത കൈക്ക് ഉപ്പു തേയ്ക്കാത്ത ഒരു പിശുക്കത്തി...

ചാന്ദ്നി   : അതെ ഞാനങ്ങനാ. ഉപ്പ് തേയ്ക്കില്ല. വേണെങ്കീ മുളക് തേയ്ക്കും. അയ്യോ! ഒന്നു നിന്നേ, മമ്മദ് രണ്ട് കോഴ്യേ വേണെന്ന് പറഞ്ഞിരുന്നു. മുട്ടേടാത്ത ആ മടിക്കിക്കോഴ്യേ കൊടുക്കാം.

കെട്ട് മേശമേൽ വെച്ച്,

: ഏതായാലും ഇന്നത്തെ ദിവസം പോക്കാ. ആശു പത്രി, യോഗ, ക്ലാസ്, ഹോ! എന്തൊരു തിരക്കാ ഈ ലൈഫ്. ആണായി ജനിക്കാഞ്ഞത് ഭാഗ്യം.

പുറത്തേക്ക് നടക്കുന്നു.

നോക്കിനിൽക്കുന്ന അമ്മ

-Cut to-

സീൻ 36
ഹോസ്പിറ്റൽ റൂം

കണ്ണടച്ചുകിടക്കുന്ന വിനയചന്ദ്രൻ
ചാരിയിട്ട വാതിൽ തുറക്കുന്ന ചാന്ദ്നി.

ചാന്ദ്നി   : മാഷേ...

വിനയൻ കണ്ണുതുറക്കുന്നു.

വിനയൻ   : ഹ്ഹാ ഇതാരാ... ഞാനിപ്പം വിചാരിച്ചതേയുള്ളൂ.
                   ടീച്ചറെ മാത്രം കണ്ടില്ലല്ലോന്ന്.

അകത്തേക്ക് കടന്ന്,

ചാന്ദ്നി   : അങ്ങനെ വിചാരിക്കാൻ ഞാനെന്താ കൊടപ്പനക്കുന്ന്
                   ദേവ്യോ...?

മൊത്തത്തിൽ വിനയനെ വാച്ച് ചെയ്ത്,

ചാന്ദ്നി   : ഞങ്ങളന്നേ പറഞ്ഞതല്ലേ സ്കൂളിന് പുറത്തുള്ള
                   സേവനൊന്നും വേണ്ടാന്ന്. അപ്പോ എന്തൊരു വാശി...
                   എന്തൊരു നെഗളിപ്പ്.. കരിങ്കല്‍ക്കുഴീടെ ചെക്കന്മാ
                   രുടെ കൈയീന്ന് ചാകാതെ രക്ഷപ്പെട്ടത് വീട്ടിലിരി
                   ക്കുന്നോരുടെ ഭാഗ്യം.

ശബ്ദം താഴ്ത്തി,

                   : ഒരുത്തനെ കൊന്ന് പുഴേൽ കെട്ടിത്താഴ്ത്ത്യ ആളാ.
                   സ്നേഹംകൊണ്ട് പറയാന്ന് വിചാരിക്കണ്ട. ഡിസ്ചാർജ്
                   ചെയ്താ വേഗം നാടുപിടിച്ചോ. തടീണ്ടെങ്കിൽ പുല്ലു
                   പറിച്ചെങ്കിലും ജീവിക്കാലോ. അല്ലാ ചായയോ
                   കാപ്പിയോ മറ്റോ വേണോ? ഞാൻ വാങ്ങിക്കാം.
                   ഇവിടെ കിട്ടും.

വിനയൻ	:	വേണ്ട ടീച്ചറേ, വയറിപ്പത്തന്നെ നിറഞ്ഞു.
ചാന്ദ്നി	:	ഒരു കിലോ ആപ്പിളും ഒരു കിലോ ഓറഞ്ചും വാങ്ങ്യതാ.
വിനയൻ	:	എന്നിട്ടെവിടെ?
ചാന്ദ്നി	:	ഞാൻ പറഞ്ഞില്ലേ, മാഷ്ക്ക് കഷ്ടകാലാ. എടുക്കാൻ മറന്നുപോയി.
വിനയൻ	:	അപ്പോ കേട്ടത് ശര്യാ.
ചാന്ദ്നി	:	എന്ത്?
വിനയൻ	:	അല്ല, പിശ്ക്ക് കണ്ടുപിടിച്ചത് ഇയാളാന്ന് ഒരു നാട്ടു വർത്താനമുണ്ടേ.
ചാന്ദ്നി	:	ഓഹോ, എന്റെ കുറ്റങ്ങളൊക്കെ കളക്ട് ചെയ്ത് വെച്ചിട്ടുണ്ടല്ലേ. ഇതുപോലൊക്കെ ആയാലേ ജീവി ക്കാനാകൂ മാഷേ. പിന്നെ പിശുക്കത്തി എന്ന പേരു വീണതുകൊണ്ട് ഒരു ഗുണോണ്ട്, ഡൊണേഷൻ, കിണേഷൻ പറഞ്ഞിട്ടാരും എന്റടുത്ത് വരില്ല. എന്നു വെച്ച് ഒരു ചായ വാങ്ങിത്തരാത്ത ആളൊന്നല്ല ഞാൻ. വേണോ.?
വിനയൻ	:	എനിക്കൊന്നും വേണ്ട എന്റെ കൊടപ്പനക്കുന്ന് ദേവ്യേ.
ചാന്ദ്നി	:	അപ്പോ ഞാനെറങ്ങാ.

അയാളുടെ അടുത്തു ചെന്ന്,

ചാന്ദ്നി	:	മാഷിന്ത്ര പ്രായമില്ലെങ്കിലും ഉള്ള ലോകപരിചയം വെച്ച് പറയ്യാ ചുമരുണ്ടെങ്കിലേ ചിത്രം വരയ്ക്കാൻ പറ്റൂ. കൈയുണ്ടെങ്കിലേ ശമ്പളം വാങ്ങിക്കാൻ പറ്റൂ.

തിരിഞ്ഞുനടക്കുന്ന ചാന്ദ്നി.

ഡോറിനടുത്തെത്തുന്ന ചാന്ദ്നി.

അവളുടെ കാതിൽ വന്നുവീഴുന്ന ശബ്ദം, 'ചന്തു'

പൊടുന്നനെ നിന്നുപോകുന്ന ചാന്ദ്നി. അവളുടെ മനസ്സിലെന്നോണം ഒരു ആൺകുട്ടിയുടെ 'ചന്തു' ശബ്ദം.

തിരിഞ്ഞുനോക്കുന്ന ചാന്ദ്നി.

ഇളംചിരിയോടെ സ്നേഹപൂർവ്വം നോക്കുന്ന വിനയൻ.

ചാന്ദ്നി	:	എന്താ വിളിച്ചത്?

അവിശ്വസനീയമായ കണ്ണുകൾ.

വിനയൻ	:	നിനക്കിപ്പോഴും എന്നെ മനസ്സിലായില്ലല്ലോ...

അവളുടെ മനസ്സിൽ 'ചന്തു' എന്നു വിളിക്കുന്ന കൊച്ചു വിനയച

ന്ദ്രൻ. കൊച്ചുവിനയചന്ദ്രനും കൊച്ചു ചാന്ദനിയും ഓടിക്കളിക്കുന്നു.

ആ അപ്രതീക്ഷിതമായ തിരിച്ചറിവിൽ തുടുത്തുപോകുന്ന ചാന്ദനി.

വിനയനെ നോക്കിനിൽക്കുന്ന ചാന്ദനി.

അവളുടെ നേരെ മന്ദസ്മിതം തൂകി വിനയചന്ദ്രൻ.

-Cut to-

സീൻ 37
ചാന്ദനിയുടെ വീട്

കോഴിക്കുഞ്ഞുങ്ങൾക്ക് തീറ്റ കൊടുക്കുന്ന വിലാസിനി.

സ്കൂട്ടിയിൽ വന്നുനിൽക്കുന്ന ചാന്ദനി.

വിലാസിനി : യോഗ, ക്ലാസ്, ഹോസ്പിറ്റൽ എന്നൊക്കെ പറഞ്ഞിട്ട് എവിടേം പോയില്ലേ?

അവൾ അമ്മയെ നോക്കി പെട്ടെന്നവരുടെ കവിളിൽ മുത്തം കൊടുത്ത് വേഗം അകത്തേക്ക്.

വിലാസിനി : ഈ പെണ്ണിനെന്തുപറ്റി...

അകത്തേക്കു നോക്കി,

: നിനക്കെന്തൊടീ വല്ല നിധീം കിട്ട്യോ...

ചാന്ദനി (ഒബിവി): കിട്ടീ.

കേട്ടുതുടങ്ങുന്ന പശ്ചാത്തലസംഗീതം. ഒരു പാട്ടിലേക്ക് വഴി മാറു ന്നു.

പാട്ട് : കുരുവീ...ഒരു കുരുവീ....
    കൊച്ചു ചാന്ദ്നിയും വിനയനും.
    കൂട്ടുകാരുമൊത്തുള്ള ആഹ്ലാദനിമിഷങ്ങൾ

Cut

കോഴിക്കുഞ്ഞുങ്ങളെ എടുക്കുന്ന പത്തുവയസ്സുകാരിയുടെ കൈ.
അവളതിനെ തലോടുന്നു.
ചിരട്ടയിൽ വെള്ളം കൊടുക്കുന്നു.
പിറകിൽ അവളുടെ കണ്ണുകൾ പൊത്തുന്ന പതിമൂന്നുവയസ്സുകാ
രൻ.
വിനയചന്ദ്രന്റെ അച്ഛനൊപ്പം നടക്കുന്ന ചാന്ദ്നിയും വിനയനും.
അവരോടൊപ്പമുള്ള ചില നിമിഷങ്ങൾ
ആരൊക്കെയോ ചേർന്ന് കാറിലേക്കു കയറ്റുന്ന വിനയചന്ദ്രന്റെ
അച്ഛൻ.
അസുഖമായി കാറിലിരിക്കുന്ന അച്ഛനും, കൂടെ അമ്മയും
'അച്ഛാ' എന്നു പറഞ്ഞ്കാറിനൊപ്പം ഓടുന്ന വിനയചന്ദ്രൻ.
വിനയചന്ദ്രന്റെ അച്ഛന്റെ മരണം. മരണാനന്തര ചടങ്ങുകൾ.
പാട്ടവസാനിക്കുന്നു.

-Cut to-

സീൻ 37 എ)
ചാന്ദ്നിയുടെ ബെഡ്റൂം

പൂജ്യം അവാർഡുമായി ഒരു സ്കൂൾ എന്ന് ബോക്സ് ന്യൂസ് –
പേജ് മറിക്കുന്ന ചാന്ദ്നിയുടെ വിരലുകൾ.
പ്രധാനാധ്യാപകൻ കുഴഞ്ഞുവീണു മരിച്ചു. ഫോട്ടോസഹിതം പ്രസി
ദ്ധീകരിച്ച ന്യൂസിലേക്ക് ഫോക്കസ് ചെയ്യപ്പെടുമ്പോൾ ദൃശ്യത്തിലേക്ക്
ഫേഡ് ഇൻ ചെയ്തു വരുന്ന വിനയചന്ദ്രൻ.

-Cut to-

സീൻ 37 ബി
ഹോസ്പിറ്റൽ വാർഡ്

വിനയചന്ദ്രൻ : ആർക്കും വേണ്ടാത്ത സ്കൂളിൽ പോസ്റ്റിംഗ് ചോദിച്ചു വാങ്ങിച്ചുവന്ന വിനയചന്ദ്രൻ സാവിത്രിടീച്ചറുടെയും രാമചന്ദ്രൻമാഷിന്റെയും മകനാണെന്ന് മനഃപൂർവ്വം പറയാതിരുന്നതാ. പലപ്പോഴും ആലോചിച്ചു, തന്നോ ടെങ്കിലും ഒന്ന് പറഞ്ഞാലോന്ന്. എന്തോ, പറ്റിയില്ല. പക്ഷേ, ഇപ്പോ ഈ കട്ടിലിലിങ്ങനെ കിടക്കുമ്പോ തനിച്ചായിപ്പോയില്ലേ എന്നൊരു തോന്നൽ, പന്ത്രണ്ടു വർഷത്തെ ഓർമ്മകളാണ്, അച്ഛനെക്കുറിച്ച്, എന്നിട്ടും കണ്ണടയ്ക്കുമ്പോൾ ഇന്നും ആദ്യം മനസ്സിലേക്ക് ഓടി യെത്തുന്നത് അമ്മയുടെ മടിയിൽ കിടന്ന് പൊട്ടിക്ക രയുന്ന അച്ഛന്റെ മുഖമാണ്. അന്നച്ഛൻ പറഞ്ഞു, തോറ്റുപോയത് കുട്ടികളല്ല, രാമചന്ദ്രൻമാഷാണെന്ന്. രാമചന്ദ്രൻമാഷ് തോറ്റെടുത്ത് എനിക്ക് ജയിക്കണം ചന്തു വണ്ണാൻമലക്കാർ അച്ഛനെ ഓർക്കുന്നത് നാടിന്റെ മാനംകെടുത്തിയ സ്കൂളിന്റെ ഹെഡ്മാ സ്റ്ററായിട്ടാകരുത്,. അതുവരെയെങ്കിലും ഞാനാരാ ണെന്ന് സ്കൂളിലാരും അറിയണ്ട.

-Cut to-

സീൻ 37 സി
രാമചന്ദ്രൻമാസ്റ്ററുടെ വീട്
Flash back

രാമചന്ദ്രൻമാസ്റ്ററുടെ ഇടതുകൈ പിടിച്ച് വിനുവും... വലതു കൈ പിടിച്ച് അവളും.
സോങ്ങ് ബിറ്റ്.

സീൻ 37 ഡി
Flash back

പത്തുവയസ്സുകാരിയുടെ ശബ്ദത്തിൽ, സോങ്ങ് എഫ് ബി
അവരുടെ കാഴ്ചയിൽ ആളുകൾ ഓടുന്നു.
ചന്തുവിന്റെ കൈ പിടിച്ച് അവരുടെ പിറകെ വിനയനും ഓടുന്നു.
സ്കൂളിലേക്ക് ഓടിയെത്തുന്ന ആളുകൾ
അവർ സ്കൂൾ ഗേറ്റിനടുത്തെത്തുമ്പോൾ ആൾക്കൂട്ടത്തിനിടയിലൂടെ
വരുന്ന അംബാസിഡർ കാർ.
അതിനകത്ത് കരയുന്ന അമ്മ.
അതു കാണുന്ന വിനയൻ.
അവന്റെ മുന്നിലൂടെ കടന്നുപോകുന്ന കാർ

-Cut to-

സീൻ 37 എഫ്

വിനയന്റെ വീടിന്റെ ഉമ്മറം
ചവിട്ടുകല്ലിൽ ഇരിക്കുന്ന വിനയൻ
Flash back

കുട്ടിക്കാലം.
ടെമ്പോ വാനിൽ വീട്ടുസാധനങ്ങൾ കയറ്റുന്ന സഹായികൾ.
കുടിയൊഴിഞ്ഞുപോകലിന്റെ വേദനയോടെ കാറിലേക്ക് കയറുന്ന
അവന്റെ അമ്മ.
വിനയന്റെ നെറ്റിയിൽ ഉമ്മവെച്ച് യാത്രയാക്കുന്ന വിലാസിനി.
അവൻ കാറിൽ കയറുന്നു.
ഡോറിനടുത്തു നിൽക്കുന്ന ചന്തു.
അവളവന്റെ കൈക്കു പിടിക്കുന്നു.
കാർ സ്റ്റാർട്ടാവുന്നു. അത് മുന്നോട്ട്.
വഴുതി മാറ്റപ്പെടുന്ന കൊച്ചു കരങ്ങൾ...
കാർ അകലുന്നു.
വിനയൻ തല പുറത്തേക്കിട്ട് 'റ്റാറ്റാ' പറയുന്നു.
നിറകണ്ണുകളോടെ അവളും.
കാർ അകലുന്നു.

അവൾ നോക്കുമ്പോൾ കൈയിൽ ചരടും ലോക്കറ്റും.

 സീൻ 37 ജി

പാട്ടിന്റെ നേർത്ത വരികൾ ഇപ്പോഴും ചാന്ദ്നിക്ക് കേൾക്കാം.
ചാന്ദ്നിയുടെ മുഖം
ചാന്ദ്നി ഉള്ളംകൈ നിവർത്തുമ്പോൾ കൈയിൽ ലോക്കറ്റ്.

Flash back end

-Cut to-

 സീൻ 38
വിനയന്റെ വീട്

മുറ്റത്തേക്ക് വന്നുനിൽക്കുന്ന ടാക്സി.
വിനയൻ...
കുറുപ്പ്...
തമ്പുരാൻ.
വിനയനെ ഇറങ്ങാൻ സഹായിക്കുന്ന തമ്പുരാൻ
വലതുകൈ ബാൻഡേജിട്ട് കഴുത്തിൽ തൂക്കിയിട്ടുണ്ട്.
ഡ്രൈവർക്ക് കാശു കൊടുക്കുന്ന കുറുപ്പ്.
വിനയൻ ഉമ്മറത്തെ കസേരയിൽ ഇരിക്കുന്നു.
തമ്പുരാൻ വാതിൽ തുറക്കുന്നു.

-Cut to-

 സീൻ 38 എ)

വിനയന്റെ വീടിന്റെ മുന്നിലേക്കുള്ള വഴി
സ്കൂട്ടിയിൽ വന്നുനിൽക്കുന്ന ചാന്ദ്നി.
പിറകിൽ വിലാസിനി. അവർ ഇറങ്ങുന്നു.
മുന്നിൽ വെച്ച കാരിയർ എടുത്ത് അമ്മയ്ക്ക് കൊടുത്തുകൊണ്ട്
ചാന്ദ്നി   : ദേ കൊച്ചേ അധികസമയം ഇവിടെ നിക്കരുതേ. പട്ടി

കുറുക്കന്മാർ തക്കം നോക്കി ഇരിക്ക്യാ അവിടെ. എന്റെ കോഴികൾ.

വിലാസിനി : നീ പോയ്ക്കോ. എനിക്കിനി നിന്റെ കാര്യം മാത്രം നോക്ക്യാ പോരാ.

-Cut to-

സീൻ 39
വിനയന്റെ വീട്
ഡ്രോയിംഗ് റൂം

ടേബിളിൽ വെച്ച ടിഫിൻബോക്സിന്റെ അടപ്പ് തുറക്കുന്ന വിലാസിനി. കഞ്ഞി എടുത്ത് വിനയന്റെ അടുത്തേക്ക്.

വിലാസിനി : നിധി കിട്ടീന്ന് ചന്തു വന്നു പറഞ്ഞപ്പോ അത് മോനാ യിരിക്കുന്ന് വിചാരിച്ചതേയില്ല...

അവരുടെ മുഖത്ത് നിധി കിട്ടിയ സന്തോഷം.
ഇടതുകൈകൊണ്ട് പാത്രം വാങ്ങാൻ ശ്രമിക്കുന്ന വിനയൻ.
വിനയനോട്,

വിലാസിനി : വേണ്ട ഞാൻ തരാം.

സ്പൂൺകൊണ്ട് കഞ്ഞി വാരിക്കൊടുക്കുന്നു.

വിലാസിനി : പഴയ കൂട്ടുകാരനെ തിരിച്ചുകിട്ട്യപ്പോ അവള് ഭൂമി ലൊന്മ്പല്ല നിക്കണത്. എന്നാലും സാവിത്രിയെ കാണാനുള്ള കൊതിയുണ്ട് നല്ലോണം. ഇവിടംവരെ ഒന്ന് വരാൻ പറഞ്ഞുടെ...

അർത്ഥഗർഭമായ മൗനം.

വിലാസിനി : മോനും സാവിത്രീം പോയേപ്പിന്നെ മനഃസമാധാന ത്തില് ഉറങ്ങീട്ടില്ല ഞങ്ങള്. ഒരുപാട് കത്തുകളയച്ചു. ഒന്നിനും മറുപടി ഇല്ലാണ്ടായപ്പോ ചന്തുവിന്റെ അച്ഛൻ നിങ്ങളെ അന്വേഷിച്ച് കൃഷ്ണപുരത്തേക്ക് വരാൻ തീരുമാനിച്ചു. അന്നാ വണ്ണാത്തിപ്പുഴേല് തോണിയ പകടം. നിറയെ സ്കൂൾ കുട്ടികളായിരുന്നു. അവരെ രക്ഷിക്കുന്നതിനിടയിൽ മൂപ്പര്...

വിഷമം കടിച്ചമർത്തി,

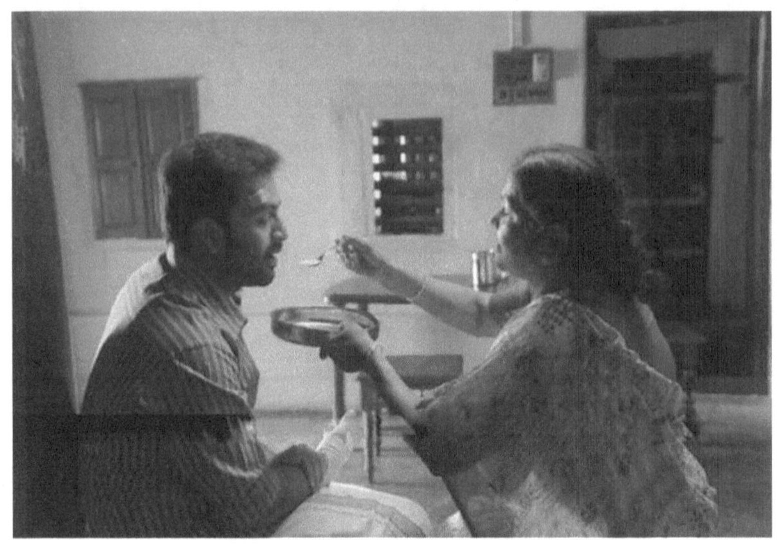

: ചിലപ്പോ സാവിത്രിയോട് വല്ലാണ്ട് ദേഷ്യം തോന്നും. ഒരു കത്തെഴുതി ഇട്ടാലെന്താ. ഇടയ്ക്ക് ഓർമ്മവ രുമ്പോ ചന്തു പറയും. ആ ചെക്കനിപ്പം വല്യ ആളാ യിട്ടുണ്ടാകും. എവിടെയെങ്കിലും വെച്ച് കണ്ടാൽ എന്നെ മനസ്സിലാവോ. അവന് മീശയുണ്ടോ, പഴേ പോലെ തടിച്ചിട്ടായിരിക്കോ, പഠിച്ചിട്ടുണ്ടോ..ജോലീ ണ്ടോ... ഇങ്ങനെയോരോന്നും കണക്കുകൂട്ടി പറ യുമ്പോ എനിക്ക് തോന്നാറുണ്ട്... എന്റെ മോളുടെ മനസ്സീന്നൊരിക്കലും ആ കളിക്കൂട്ടുകാരൻ മാഞ്ഞു പോയിട്ടില്ലാന്ന്.

വിഷമം നിയന്ത്രിക്കാൻ ശ്രമിക്കുന്ന വിലാസിനി.

: ഞങ്ങളെയൊക്കെ പെട്ടെന്നങ്ങു മറന്നുപോയി അല്ലേ. ഒരിക്കലെങ്കിലും സാവിത്രിക്കും മോനും ഇങ്ങോ ട്ടൊന്ന് വരായിരുന്നില്ലേ....

വിതുമ്പിപ്പോകുന്നു.

വല്ലാതെ നെർവസ്സായി. എങ്കിലും നിയന്ത്രിച്ചുകൊണ്ട് ചുണ്ടിലെ കഞ്ഞി വെള്ളം കുടിച്ച് അവൻ എഴുന്നേൽക്കുന്നു. വിലാസിനിക്ക് മുഖം കൊടുക്കാതെ,

വിനയൻ : പതിനാലാം വയസ്സിൽ ആരുല്ലാണ്ടായ അനാഥച്ചെ

ക്കൻ, വണ്ണാൻമലയിലുള്ള ഈ അമ്മയ്ക്കും
അവന്റെ കൂട്ടുകാരിക്കും എന്ത് വിശേഷം പറഞ്ഞ്
കത്തെഴുതും.

അവന്റെ മുഖം പിടിച്ച്,

വിലാസിനി   : അപ്പോ സാവിത്രി?

വിനയന്റെ കണ്ണുകൾ നിറഞ്ഞു.
അവനെ ചേർത്തുപിടിച്ച് വിതുമ്പിപ്പൊട്ടുന്ന വിലാസിനി.

-Cut to-

സീൻ 40
സ്കൂൾ – വൈകുന്നേരം

ലോങ് ബെൽ.

മൈക്കിലൂടെ ജനഗണമന...

അസംബ്ലി– എല്ലാ ടീച്ചേഴ്സും (വിനയൻ ഇല്ല) കുട്ടികളും അച്ചടക്ക
ത്തോടെ നിൽക്കുന്നു. ദേശീയഗാനത്തിനെ ആദരിക്കുന്ന ഗ്രാമം.

ചായക്കട– സുധാകരൻ, കുഞ്ഞച്ചൻ, പ്രിൻസിപ്പാൾ സ്റ്റഡിയായി
നിൽക്കുന്നു. ഐസ്ക്രീം സൈക്കിളിനടുത്ത് പ്രാർത്ഥന കേട്ടുനിൽക്കുന്ന
പ്രകാശൻ. ത്രിവർണ്ണപതാകയിലേക്ക് ദൃശ്യം

-Cut to-

സീൻ 41

വിനയന്റെ വീട്, വിനയന്റെ മുറി
വൈകുന്നേരം

ടേബിളിൽ വെക്കപ്പെടുന്ന പൊതി അഴിച്ചുകൊണ്ട്,

ചാന്ദ്നി   : നോക്ക് മോനേ നോക്ക്, കൺകുളിർക്കെ നോക്ക്.

വിരലുകൊണ്ട് ആംഗ്യം കാട്ടി.

ചാന്ദ്നി   : ഒരുകിലോ ഓറഞ്ച് 75 രൂപ

മറ്റേ പൊതിയഴിച്ച്,

          : ആപ്പിൾ, അരക്കിലോയേ കിട്ടിയുള്ളു. സ്റ്റോക്കില്ല.
പക്ഷേ മുടിഞ്ഞ റേറ്റാ. സിക്സ്റ്റി റുപ്പീസ്.

വിനയൻ   : 75 ഉം 60 ഉം 135 രൂപ. ശരി. ശമ്പളം കിട്ടുമ്പോ

പലിശം കൂട്ടിച്ചേർത്ത് തിരിച്ചുതന്നോളാം.

ചാന്ദനി : അതെനിക്കിട്ടൊന്ന് വെച്ചതാണല്ലോ മോനേ ദിനേശാ. കൊഴപ്പൊല്ല, പക്ഷേ, പിശുക്കത്തീന്നുള്ള വിളി യൊന്ന് പിൻവലിക്കണം.

അവൾ ഓറഞ്ചിന്റെ തൊലി കളയുന്നു.

വിനയൻ : പകുതി പിൻവലിക്കാം.

ചാന്ദനി : അതെന്താ... ബാക്കി വിലയില്ലേ.

വിനയൻ : കാരണം ഈ ആപ്പിളിന്റെ സ്റ്റോക്ക് തീർന്നുപോയ കഥ വിശ്വസിക്കാൻ കുറച്ചു ബുദ്ധിമുട്ടുണ്ട്.

നാരങ്ങയല്ലി അവന്റെ വായിൽ വെച്ച്

ചാന്ദനി : അമേരിക്കേന്ന് മരുന്ന് കുത്തിവെച്ച് വരുന്ന ഐറ്റാ. അധികം കഴിച്ചാ വയറ് കേടാവും. അതാ അരക്കിലോ വാങ്ങിച്ചത്.

വേറൊരു ശ്രദ്ധയിൽ പെടുന്നു.

അതെടുത്തുകൊണ്ട്

ചാന്ദനി : സ്വീറ്റോ ഇതാരാ കൊണ്ടുവന്നത്.?

വിനയൻ : ആ സുന്ദരിടീച്ചറും രാധാകൃഷ്ണൻചേട്ടനും കൂടി വന്നിരുന്നു.

അതിഷ്ടപ്പെടാതെ,

ചാന്ദനി : ആ പെണ്ണുമ്പിള്ളയ്ക്കിത്തിരി വെളവ് കൂടുതലാ. സ്വീറ്റ് കൊണ്ടുവന്നിരിക്കുന്നു. വിനയൻ ഇത്

മാണിക്യക്കല്ല്

തിന്നോ?

ഇല്ലെന്ന് തല കുലുക്കുന്നു.

ചാന്ദ്നി	: നന്നായി, പിന്നെ അതേ ഞാനിന്ന് മനുവിനെ കണ്ടു. ആ സംഭവത്തിനുശേഷം അവൻ എഴുത്യത് ഒരു പരീക്ഷ മാത്രം. അതില് ഹയസ്റ്റ് മാർക്ക് അവനാ.
വിനയൻ	: കുറുപ്പ് മാഷ് പറഞ്ഞു. മിടുക്കനാ അവൻ. ലക്ഷ്യ ബോധമുണ്ടാവുമ്പോഴേ കുട്ടികള് സ്വന്തം കഴിവ് തിരി ച്ചറിയൂ. ആരുമില്ലാത്തവനല്ലേ. അവന്റെ സങ്കടം എനിക്കു മനസ്സിലാവും.
ചാന്ദ്നി	: ഇനീപ്പം ആ സങ്കടം വേണ്ടല്ലോ.

കുറുപ്പുമാഷിന്റെ ശബ്ദം.

കുറുപ്പ്മാഷ്	: നമ്മളേക്കാൾ മുമ്പേ ആളിങ്ങ് എത്തിയല്ലോ. അക ത്തേക്ക് വരാവോ.

ചാന്ദ്നിയോട്

കുറുപ്പ്	: കൈയീടെ കെട്ടഴിക്കാതെ യോഗ പഠിപ്പിക്കരുതെന്ന് ഡോക്ടറ് പ്രത്യേകം പറഞ്ഞിട്ടുണ്ട്. ഇല്ലേ തമ്പുരാനേ.
തമ്പുരാൻ	: ഉവ്വ്.

കണ്ണുകൊണ്ട് ഗോഷ്ടി കാണിച്ച്,

കുറുപ്പ്	: എല്ലാം ഭംഗിയായി നടക്കുന്നുണ്ടല്ലോ.
വിനയൻ	: ഞ്ഹേ...
തമ്പുരാൻ	: എല്ലാം ഭംഗിയായി നടക്കുന്നുണ്ട്. സ്കൂളിന്റെ കാര്യം പറഞ്ഞതാ.

ബേക്കറിപ്പൊതിയും ഫ്രൂട്സും നോക്കി,

കുറുപ്പ്	: ഇതെല്ലാം ടീച്ചറ് കാശു കൊടുത്ത് വാങ്ങിച്ചതാ?

കൺഫ്യൂസ്ഡായി,

ചാന്ദ്നി	: ഞ്ഹാ അതേ ബേക്കറി സാധനങ്ങള് വിനയൻമാഷിന് ഇഷ്ടല്ലാന്ന്,

പൊതി തമ്പുരാന് കൊടുത്തുകൊണ്ട്,

ചാന്ദ്നി	: ഇത് തമ്പുരാൻ ചേട്ടൻ എടുത്തോളൂ.

പൊതി തമ്പുരാന് കൊടുത്തു.

തമ്പുരാൻ	: വേണ്ടായിരുന്നു.

ചാന്ദ്നിയെ നോക്കുന്ന വിനയൻ.

കുറുപ്പ്	: ഞ്ഹാ നമ്മുടെ പിള്ളേര്ടെ കാര്യം വല്യ കഷ്ടാ. തന്നെ കാണാണ്ട് ഉറക്കം വരാത്ത അവസ്ഥേലാ.

111

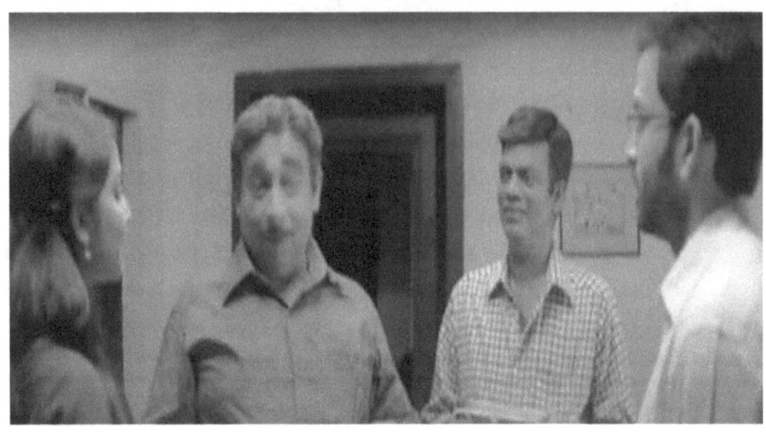

തമ്പുരാൻ	: വെള്ളമില്ലാതെന്ത് വള്ളംകളി. വിനയൻമാഷില്ലാതെന്ത് സ്കൂൾ. മാഷീ നാട്ടിലെ സുപ്പർസ്റ്റാറായിക്കഴിഞ്ഞു മാഷേ.
കുറുപ്പ്	: സൂപ്പർസ്റ്റാറിന്റെ ഡേറ്റും ചോദിച്ച് ത്രീസ്റ്റാർ ക്ലബ്ബുകാർ വന്നിരുന്നു.
തമ്പുരാൻ	: എന്തിന്... ഫുട്ബോൾ കളിക്കാനാ?
കുറുപ്പ്	: അല്ലെടോ, അനുമോദിക്കാൻ. സംസ്ഥാന യുവജനോത്സവത്തിന് ചിത്രരചനയ്ക്ക് ഒന്നാംസ്ഥാനം കിട്ടിയ ബഷീറിനെ അവർ അനുമോദിക്കുന്നു. വിനയചന്ദ്രൻ സ്കൂളിൽ വന്നിട്ട് മതീന്നാ അവരുടെ തീരുമാനം.

-Cut to-

സീൻ 42
സ്കൂൾ

താൽക്കാലികമായുണ്ടാക്കിയ സ്റ്റേജിൽ 'ത്രീസ്റ്റാർ ആർട്സ് ആന്റ് സ്പോർട്സ് ക്ലബ്ബിന്റെ ആഭിമുഖ്യത്തിൽ സംസ്ഥാന സ്കൂൾ യുവജ നോത്സവത്തിൽ ചിത്രരചനയിൽ ഒന്നാംസ്ഥാനം നേടിയ ബഷീറിന് സ്വീകരണം' എന്നെഴുതിയ ബാനർ.

കുട്ടികളും രക്ഷാകർത്താക്കളുമടങ്ങിയ ചെറിയ സദസ്സ്. ചീഫ്

ഗസ്റ്റിൽനിന്നും സമ്മാനം ഏറ്റുവാങ്ങുന്ന ബഷീർ. സദസ്സിനെ നോക്കി കൈ കൂപ്പുന്ന ബഷീർ.

കൈയടി.

ബഷീറിന്റെ മുന്നിലേക്ക് മൈക്ക് സ്റ്റാന്റ് നീക്കിവെച്ച്,

കുറുപ്പ്	: സംസാരിക്ക്.

പ്രസംഗിക്കാനുള്ള മടിയോടെ നിൽക്കുന്ന ബഷീറിനെ പ്രോത്സാ ഹിപ്പിക്കുന്ന കുറുപ്പ്.

മൈക്കിനടുത്തേക്ക് വന്ന്,

ബഷീർ	: പ്രസംഗിക്കാനൊന്നും എനിക്കറിയില്ല. വിനയൻമാഷെ കളിയാക്കാനാണ് ഞാനാദ്യം കാർട്ടൂൺ വരച്ചത്. പുസ്തകത്തിലൊക്കെ വരക്കേരുന്നു. പക്ഷെ, അതു കാണുമ്പോ ഉപ്പ അടിക്കും. വിനയൻമാഷും അടി ക്കൂന്ന് പേടിച്ചു. പക്ഷേ, സമ്മാനം തന്നു. എനിക്ക് ആദ്യം കിട്ടിയ സമ്മാനം മാഷിന്റേതാ. ഇപ്പം എനി യ്ക്ക്... ഞങ്ങൾക്കെല്ലാം മാഷാണ്. പഠിക്കണ്ണന്നും പാസ്സാകണന്നും ഞങ്ങളെ തോന്നിപ്പിച്ചത് മാഷാണ്. അരക്കൊല്ലപ്പരീക്ഷയിൽ ഞങ്ങൾക്കെല്ലാർക്കും എയും ബി പ്ലസും ഉണ്ട്. അതറിഞ്ഞപ്പോ ഉമ്മേം ഉപ്പേം പറഞ്ഞു, മാഷെ ഇവിടെ കൊണ്ടുവന്നത് പട ച്ചോനായിട്ടാന്ന്.... (വിതുമ്പിക്കൊണ്ട്) പക്ഷേ, ഞങ്ങ ൾക്ക് മാഷ് തന്ന്യാ പടച്ചോൻ.

അവന് തുടരാനായില്ല. വാക്കുകൾ നനയുന്നു. വേദിയും സദസ്സും നിശ്ശബ്ദം. പെട്ടെന്ന് ഗസ്റ്റ് എഴുന്നേറ്റ്,

ഗസ്റ്റ്	: പ്രിയപ്പെട്ടവരേ, ഇന്ന് സ്കൂളിൽ വന്ന നിമിഷംമുതൽ കേൾക്കാൻ തുടങ്ങിയ പേരാണ് വിനയചന്ദ്രൻമാഷ്. അധ്യാപകരും കുട്ടികളും നാട്ടുകാരും ഇത്ര സ്നേഹ ത്തോടെ വിളിക്കുന്ന എല്ലാവരുടെയും പ്രിയങ്കരനായ വിനയചന്ദ്രൻമാഷെ എനിക്കും ഒന്നു പരിചയപ്പെട ണമെന്നാഗ്രഹമുണ്ട്.

കുറുപ്പ് എഴുന്നേറ്റ് സന്തോഷത്തോടെ,

കുറുപ്പ്	: വിനയചന്ദ്രൻമാഷ് ദയവായി വേദിയിലേക്ക് വരണം. സദസ്സിന്റെ പിന്നിൽനിന്നും മുന്നിലേക്ക് വരുന്ന വിന യൻ.

ആകാംക്ഷയോടെ നോക്കുന്ന ഗസ്റ്റ്.

പ്രൗഢഗംഭീരമായ വിനയന്റെ വരവ്. പൂർണ്ണനിശ്ശബ്ദത. അതിനെ ഭേദിച്ചുകൊണ്ട് ടക് ടക് ടക് ശബ്ദം. തിരിഞ്ഞുനോക്കുന്ന വിനയന്റെ കാഴ്ചയിൽ കൈയടിക്കുന്ന മനു. പിന്നെ കോമ്പസ്, ദിവ്യ, ധന്യ തുടങ്ങിയവരിലൂടെ കരഘോഷം പെരുമഴയായി പെയ്യുന്നു.

സ്റ്റേജിലെത്തുന്ന വിനയനെ ആശ്ലേഷിക്കുന്ന ഗസ്റ്റ്.
കരഘോഷം സ്വന്തം നെഞ്ചിലേക്ക് ഏറ്റുവാങ്ങുന്ന ചാന്ദ്നി.
കാതിൽ കുട്ടിക്കാലത്തിലെ ഗാനശകലങ്ങൾ.
ഡിസോൾവ് ടു സോങ്.

-Cut to-

സീൻ 43
സോങ്
ചെമ്പരത്തിക്കമ്മെലിട്ട്....

വിനയചന്ദ്രന്റെയും ചാന്ദ്നിയുടെയും പ്രണയനിമിഷങ്ങൾ

സീൻ 44
സ്റ്റാഫ് റൂം

അധ്യാപകർക്ക് സ്വീറ്റ്സ് കൊടുക്കുന്ന സുന്ദരിടീച്ചർ

മാണിക്യക്കല്ല്

എസ്.കെ : പെങ്ങള് പെറ്റാലും ആങ്ങള പെറ്റാലും ചെലവ് രാധാ
കൃഷ്ണന് തന്നെ, അല്ലേ ടീച്ചറേ.

സുന്ദരി : രാധേട്ടൻ അങ്ങന്യാ മാഷേ, അയ്യോ പാവാ ഉണ്ടെങ്കി
ടപടപാന്ന് ചെലവാക്കും.

*ബോക്സുമായി വി.ഡി.സിയുടെ മുന്നിൽ. വി.ഡി.സി രണ്ടെണ്ണമെ
ടുക്കാൻ നോക്കുമ്പോൾ*

സുന്ദരി : ഒന്നെടുക്ക് വി.ഡി.സി

ഒരു പീസ് എടുത്തുകൊണ്ട്,

വി.ഡി.സി : രാധാകൃഷ്ണൻ തിരിച്ചുപോകാറായല്ലോ, പ്രോഗ്രസ്സ്
വല്ലതും...

ലജ്ജയോടെ,

സുന്ദരി : ഈ വി.ഡി.സിയെക്കൊണ്ട് ഞാൻ തോറ്റു. രാധേട്ടൻ
വ്രതത്തിലാ.

വി.ഡി.സി : മാസത്തില് രണ്ടാഴ്ച ടീച്ചർക്ക് വ്രതം. ബാക്കി
രണ്ടാഴ്ച രാധാകൃഷ്ണന് വ്രതം. പിന്നെന്നും പ്രോഗ്ര
സ്കാർഡില് ചുവന്ന മഷിയല്ലേ കാണൂ.

എല്ലാവരും ചിരിക്കുന്നു.

*സുന്ദരി ചാന്ദനിയുടെ അരികിൽ. ചാന്ദനിക്ക് കെയ്ക്ക് എടുക്കുന്നു.
സുന്ദരി വിനയന്റെ നേരെ നീട്ടുമ്പോൾ എന്തോ എടുക്കാനുണ്ടെന്ന
വ്യാജേന ചാന്ദനി അവളുടെ കൈ വിനയന്റെ ടേബിളിനു നേരെ നീട്ടു
ന്നു. കെയ്ക്ക് തെറിച്ചുപോകുന്നു.*

ബോക്സിൽനിന്നും മറ്റൊരെണ്ണം എടുക്കാൻ തുടങ്ങുമ്പോൾ,

ചാന്ദനി : വേണ്ട, ഒന്നല്ലേയുള്ളൂ. അത് ടീച്ചറ് തിന്നോ. മാഷ്ക്ക്
ഇതീന്ന് കൊടുക്കാം.

അർത്ഥംവെച്ച് മൂളിക്കൊണ്ട്,

സുന്ദരി : വി.ഡി.സി, ഇവിടൊരാൾ പ്രോഗ്രസ് കാർഡില് വര
ഞ്ഞുതുടങ്ങി...

അസീസ് : എന്നാ ചാന്ദനിടീച്ചറുടെ വക എല്ലാർക്കും ഒരു ചായ
പറഞ്ഞാലോ.

ചാന്ദനി : ഞാൻ പ്രസവിക്കട്ടെ, എന്നിട്ടു പറയാം.

എല്ലാവരും ചിരിക്കുന്നു.

അകത്തേക്ക് വരുന്ന ധന്യയും കോമ്പസും.

മുബീന : മാഷേ, ദിവ്യയെ വീട്ടിലേക്ക് വിളിച്ചുകൊണ്ടുപോയി.

വിനയൻ : എന്തിന്?

കോമ്പസ് : ആ കുട്ടിയെ പെണ്ണുകാണാനാരോ വന്നിട്ടുണ്ട്.

അതുകേട്ട് അമ്പരക്കുന്ന വിനയചന്ദ്രൻ.
അയാൾ എന്തോ ആലോചിക്കുന്നു.

-Cut to-

സീൻ 45
കരിങ്കൽക്കുഴിയുടെ വീട്
വൈകുന്നേരം

ഉമ്മറത്ത് കരഞ്ഞുകലങ്ങിയ കണ്ണുമായി ദിവ്യ

വിനയൻ : ഒരാള് വന്നു കണ്ടിട്ട് പോയീന്നല്ലേ ഉള്ളൂ. ദിവ്യയെ ഇപ്പോ ആരും വന്ന് കല്യാണം കഴിച്ചോണ്ടു പോകാ നൊന്നും പോണില്ല. കരുണേട്ടനോട് ഞാൻ സംസാ രിക്കാം.

അവൾ നോക്കി,
അവളുടെ അമ്മയോട്,

വിനയൻ : ഇറങ്ങട്ടെ.

അവര് 'ശരി' എന്നു പറയുന്നു.

വിനയൻ : നാളെ സ്കൂളില് വരണം.

രണ്ടുപേരും മുറ്റത്തേക്കിറങ്ങുമ്പോൾ കരിങ്കൽക്കുഴിയുടെ ജീപ്പ് വന്നു നിൽക്കുന്നു. സംശയത്തോടെ വിനയനെ നോക്കിക്കൊണ്ട് ഇറങ്ങുന്ന കരിങ്കൽക്കുഴി കരുണൻ.

പരിചിതഭാവത്തിൽ ചിരിച്ചുകൊണ്ട് വിനയൻ.

വിനയൻ : മോളെ സ്കൂളിൽനിന്ന് വിളിച്ചോണ്ടു വന്നൂന്ന് അറി ഞ്ഞോണ്ടുവന്നതാ. കരുണേട്ടാ ദിവ്യ നന്നായിട്ട് പഠി ക്കുന്ന കുട്ട്യാ. പരീക്ഷയ്ക്കാണെങ്കിൽ ഇനി ഒന്നുര ണ്ടുമാസം കൂടിയേ ബാക്കിയുള്ളൂ. മാത്രല്ല, പ്രായ പൂർത്തിപോലും ആകാത്ത മകളെ കല്യാണം കഴി പ്പിച്ചയ്ക്ക്യാന്ന് പറഞ്ഞാ അതു ചെയ്യാൻ പാടുണ്ടോ?

പരിഹാസത്തിൽ,

കിരങ്കൽക്കുഴി : എന്റെ മോൾക്ക് പ്രായപൂർത്തി ആയിട്ടില്ലാന്ന് തനി യ്ക്ക് അത്രയ്ക്ക് ഉറപ്പാ.

വിനയൻ ഒന്നു പതറി,
അർത്ഥം വെച്ച്

തമ്പുരാൻ	: അത് ഞങ്ങക്കുറപ്പില്ല. പക്ഷേ, പതിനെട്ട് വയസ്സ് ആയിട്ടില്ലാന്നുള്ളത് വളരെ വളരെ ഉറപ്പാണ്.
കരിങ്കൽക്കുഴി	: ആണോ. എന്നാ കേട്ടോ. അവളെ ചെറുക്കന് നന്നായി ബോധിച്ചു. ജ്യോത്സ്യനെ കണ്ട് മുഹൂർത്തം കുറി ച്ചിട്ടാ ഞങ്ങള് വന്നിരിക്കുന്നേ. സ്ഥലം വിട്ടോ.

ഉമ്മറത്തേക്ക് നടക്കാൻ തുടങ്ങുമ്പോൾ,

വിനയൻ	: സാറേ, ഈ ഇന്ത്യാമഹാരാജ്യത്ത് കല്യാണം കഴി ക്കാനും കഴിപ്പിക്കാനും ഒക്കെ ചില നിയമങ്ങളുണ്ട്. അരക്കന്നാസ് ചാരായം കടത്തിയ കേസീന്ന് ഊരി വരുമ്പോലെ ഇത് അത്രയ്ക്ക് എളുപ്പമായിരിക്കില്ല. അഴിയെണ്ണേണ്ടി വരും. ഏറ്റവും കുറഞ്ഞത് അഞ്ചു വർഷമെങ്കിലും.

തിളയ്ക്കുന്ന ദേഷ്യത്തിൽ 'എടാ' എന്നു പറഞ്ഞ് മുന്നോട്ടു വരുന്ന ഗോപാലൻ. അപ്രതീക്ഷിതമായി ആഞ്ഞടിക്കുന്ന വിനയൻ. പതിയേ പിന്നിലേക്ക് വലിയുന്ന ഗണേശൻ.

വിനയൻ	: അന്ന് താനെന്നെ ഇവറ്റകളെ അയച്ച് ഇരുട്ടത്ത് തല്ലി ച്ചപ്പോ ഒരു പരാതിപോലും എഴുതിക്കൊടുക്കാതെ അത് പോട്ടേന്ന് വെച്ചത് കരിങ്കൽക്കുഴി കരുണാക രനെ പേടിച്ചിട്ടല്ല. ഞാൻ പഠിപ്പിക്കുന്ന ഒരു വിദ്യാർ ത്ഥിയുടെ അച്ഛനായിപ്പോയി താൻ.
തമ്പുരാൻ	: മകളെ സ്കൂളിലയ്ക്കുന്നതും അയക്കാത്തതും നിങ്ങ ളുടെ ഇഷ്ടം. പക്ഷെയീ മൊട്ടുപ്രായത്തിൽ വല്ല വന്റേം കാൽക്കീഴിൽ ചതയ്ക്കാനുള്ളതല്ല ഇവളുടെ

ജീവിതം.

വിനയൻ : ഒന്നാലോചിച്ച് നോക്ക്. തന്റെ മകളും അവൾക്കുണ്ടാ
കുന്ന കുട്ടികളും ഇതുപോലെ കള്ളച്ചാരായം
വാറ്റിയും കുടിച്ചും ജീവിച്ചാൽ മതിയോ, ഈ ഗ്രാമ
ത്തിനു പുറത്തും വേറെ വലിയൊരു ലോകമുണ്ട്.
ഈ ലോകത്തിലേക്കുള്ള വാതിലുകൾ അവൾക്കു
മുമ്പിൽ കൊട്ടിയടയ്ക്കരുത്. താനോ ഇങ്ങനെയായി,
തന്റെ മകളെങ്കിലും നേർവഴിക്ക് ജീവിച്ചോട്ടെ. ഇനി
അത് പറ്റില്ലാന്ന് തന്നെയാണ് നിർബന്ധം പിടിക്കു
ന്നതെങ്കിൽ പിന്നെ എന്തിനാടോ കരുണാകരാ അച്ഛ
നാണെന്നും പറഞ്ഞ് നടക്കുന്നത്. വാ തമ്പുരാൻ
ചേട്ടാ.

*തിരിച്ചുപോകുന്ന വിനയചന്ദ്രനും തമ്പുരാനും. ആലോചനയോടെ
അവർക്കുനേരെ നോക്കുന്ന കരിങ്കൽക്കുഴി കരുണൻ.*

-Cut to-

സീൻ 46
വഴി

*സ്കൂൾയൂണിഫോമിൽ വരുന്ന മനുവും കുട്ടികളും. വഴിയരികിൽ
സ്കൂട്ടർ നിർത്തി കാത്തുനിൽക്കുന്ന കരിങ്കൽക്കുഴിയുടെ സഹായി
ഗോപാലൻ. അടുത്തെത്തിയപ്പോൾ,*

ഗോപാലൻ : ഹ്ഹാ... വാ വാ കേറ്.

*അയാളെ ഒന്നുനോക്കി മുന്നോട്ടു നടക്കുന്ന മനു. അവന്റെ പുറകെ
ചെന്ന്,*

ഗോപാലൻ : കരുണേട്ടനും നീയും തമ്മിൽ പ്രശ്നൊന്നും ഇല്ല
ല്ലോടാ ഇത്ര ഗമ കാട്ടാൻ. ഒരു ചെറിയൊരു കാര്യണ്ട്.
അതു കഴിഞ്ഞിട്ട് നിന്നെ സ്കൂളിൽ വിടാം. വാ.

*മടിച്ചുമടിച്ച് അയാളുടെ കൂടെ സ്കൂട്ടറിന്റെ പിറകിൽ കയറുന്ന മനു.
സ്കൂട്ടർ സ്റ്റാർട്ടുചെയ്യുന്ന ഗോപാലൻ.*

-Cut to-

സീൻ 47
പുഴക്കരെ

കെട്ടിവച്ച കന്നാസുകൾക്ക് അടുത്ത് വന്നുനിൽക്കുന്ന സ്കൂട്ടർ.
സഹായിയും മനുവും ഇറങ്ങുന്നു.
കന്നാസു കാണിച്ച്,

കരിങ്കൽക്കുഴി : ചെറുളിക്കാവിലെ ഉത്സവത്തിനുള്ളതാ. കാരായി
അച്ചു പന്യടിച്ച് കെടപ്പാ. ഈയൊരു തവണ നീ
തന്നെ പോണം.

അവൻ നടക്കുന്നു.
എന്തോ പ്ലാൻ ചെയ്ത്,

കരിങ്കൽക്കുഴി : ടാ മോനേ, നിക്കടാ. ഗോപാലാ അതീന്ന് ഒരു കുപ്പി
ഇങ്ങെടുക്ക്. പോണവഴിക്ക് നിനക്ക് ഒരുപകാരം
ചെയ്യാൻ പറ്റോ?

അവൻ നോക്കി.
ജീപ്പിൽനിന്നും ഒരു കുപ്പി എടുത്ത്,

കരുണൻ : വർഗീസിന്റെ കടേല് തൊരപ്പൻ വാസുണ്ടാവും.നീ
യിതവന് കൊടുക്ക്.

അവൻ സംശയിച്ച് നിൽക്കുന്നു.

കരിങ്കൽക്കുഴി : ചേതൊല്ലാത്ത ഹെൽപ്പല്ലേടാ. ഇതെങ്കിലും ഒന്ന്
ചെയ്യ്.

കരിങ്കൽക്കുഴി കാശു കൊടുക്കുന്നു. വാങ്ങുന്നില്ല.
വൈമനസ്യത്തോടെ കുപ്പിമാത്രം വാങ്ങി ബാഗിൽ വെച്ച് നടക്കുന്ന മനു.
ഫോണെടുക്കുന്ന കരിങ്കൽക്കുഴി.

കരുണൻ : പഠിച്ച് നന്നാവാൻ തുനിഞ്ഞിരിക്ക്യാ.
മൊബൈൽ എടുത്ത് നമ്പർ അമർത്തി.

കരുണൻ : ഹലോ എക്സൈസ് ഓഫീസല്ലേ.

-Cut to-

സീൻ 48
വർഗീസിന്റെ കട

ബ്ലൗസിന്റെ ഹുക്ക് തുന്നിക്കൊണ്ട് വർഗീസ്.

ഒന്നും പിടികിട്ടാതെ മിഴിച്ചുനിൽക്കുന്ന പൗലോസും ചാന്ദനിയും

വർഗീസ് : 94-ൽ ലോകവ്യാപാര കരാറിൽ ഒപ്പുവെച്ചപ്പോ എല്ലാം തകർന്ന് തരിപ്പണമായീന്ന് നിങ്ങള് മുറവിളി കൂട്ടി.

ചാന്ദനി : ഞാനോ? എന്റെ വർഗീസേട്ടാ, അന്നെനിയ്ക്ക് എട്ടു വയസ്സാ.

ടീച്ചറെ നോക്കി ചിരിയോടെ,

വർഗീസ് : യ്യോ...ടീച്ചറുടെ കാര്യമല്ല!

പൗലോസിനോട്

വർഗീസ് : ഹംഗറി, പാക്കിസ്താൻ തുടങ്ങി 22 രാജ്യങ്ങൾ കടം ചോദിക്കാൻ ഐ.എം.എഫിന് മുമ്പിൽ കൈ നീട്ടി നിക്കുമ്പോ ജീ 20 ഉച്ചകോടീൽ നമ്മുടെ താടിക്കാരൻ

പൗലോസിനോട്

: മനസ്സിലായോ?

പൗലോസ് : താടിക്കാരൻ– ഉത്തമനാ?

വർഗീസ് : യ്യോ, മൻമോഹൻ ജി, എണീറ്റ്നിന്ന് പറഞ്ഞു, പത്ത് ബില്യൻ ഡോളർ വേണെങ്കി നമ്മള് കടം തരാന്ന്.

പൗലോസ് : നമ്മളെന്ന് പറഞ്ഞാ?

വർഗീസ് : യ്യോ...ആരോടാ ഇന്ത്യ കടം തരാന്ന്.

എക്സൈസ് ഓഫീസിൽനിന്നും പുറപ്പെടുന്ന ജീപ്പ് വഴിയിൽനിന്ന് റോഡിലേക്ക് പ്രവേശിക്കുന്ന മനു.

ബ്ലൗസ് പൊതിഞ്ഞ് ചാന്ദ്നിക്ക് നൽകുന്ന

വർഗീസ്	: ടീച്ചർ പോയിട്ട് നാളെ വാ. ആസിയാൻ കരാറിനെ
		പറ്റി അപ്പപ്പറയാം.

റോഡിലൂടെ വേഗതയിൽ വരുന്ന ജീപ്പ്

തയ്യൽക്കടയുടെ അടുത്തെത്തുന്ന മനു. സ്കൂട്ടിയിൽ വരുന്ന ചാന്ദ്നിയെ കണ്ട് തിരിഞ്ഞുനടക്കാൻ തുടങ്ങുമ്പോൾ അവൾ കാണുന്നു.

ചാന്ദ്നി	: മനൂ...

അവൾ വണ്ടി അവന്റെ അടുത്തേക്ക് നിർത്തി

ചാന്ദ്നി	: ക്ലാസിൽ പോയില്ലേ?

മനു	: അത് ടീച്ചർ എനിക്കൊരു സാധനം വാങ്ങാൻ...

ചാന്ദ്നി	: അതൊക്കെ വൈകീട്ട് വാങ്ങിച്ചാപ്പോരേ മനൂ...വാ,
		കേറ്.

മനു	: വേണ്ട ഞാൻ.

ചാന്ദ്നി	: ഗ്ഹാ കേറ്... മനൂ ക്ലാസിപ്പൊ തൊടങ്ങീട്ട്ണ്ടാവില്ലേ.

മടിയോടെ വണ്ടിയിൽ കയറുന്ന മനു.

സ്കൂട്ടിയിലിരുന്ന് തിരിഞ്ഞുനോക്കുന്ന മനുവിന്റെ കാഴ്ചയിൽ കടയ്ക്കു

മുന്നിൽ നിൽക്കുന്ന പോലീസ് ജീപ്പിൽനിന്നിറങ്ങുന്ന എക്സൈസ് പോലീസുകാർ.

Cut

സീൻ 49
സ്കൂൾ

ചാന്ദ്നിയുടെ സ്കൂട്ടിയിൽ വന്നിറങ്ങുന്ന മനു.

-Cut to-

ക്ലാസ് റൂം

ക്ലാസെടുത്തുകൊണ്ടിരിക്കുന്ന എസ്.കെ.
എസ്.കെ ബോർഡിൽ വരച്ചു തിരിഞ്ഞുനിന്നു.

എസ്.കെ : എബിസി എന്നത് എസി വോൾട്ടേജിന്റെ പോസിറ്റീവ് പകുതിയും സിഡിഇ എന്നത് നെഗറ്റീവ് പകുതിയു മാണ്.

ധൃതിയിൽ എത്തുന്ന മനു.
എസ്.കെ നോക്കി.

മനു : സർ, കേറിക്കോട്ടെ.

ഡ്യൂപ്ലിക്കേറ്റ് ചിരിയോടെ

എസ്.കെ. : പിന്നെന്താ, കേറിവന്നാട്ടെ.

മനു അകത്തേക്കു കയറി.
ബെഞ്ചിനടുത്തേക്ക് നടക്കുമ്പോൾ,

എസ്.കെ. : അങ്ങോട്ടല്ല, ഇങ്ങോട്ട് വാ മോനേ.

മനു എസ്.കെയുടെ അടുത്തേക്ക്.
അവന്റെ ചെവി പിടിച്ച്,

എസ്.കെ : നീ പത്താംക്ലാസിലാണെന്നും എട്ടരമണിക്ക് ക്ലാസ് തുടങ്ങുന്നും ഇന്നത്തെ ക്ലാസ് എന്റേതാണെന്നും അറിഞ്ഞുടാരുന്നോ...

മനു : അറിയാം സാർ.

എസ്.കെ : എന്നിട്ടാണോടാ കഴുതേ വൈകി വന്നത്. ഏഴര വെളുപ്പിന് എണീറ്റ് കട്ടൻചായ പോലും കുടിക്കാതെ ഞാനിവിടെ വന്ന് തൊള്ള തൊറക്കാ, നീ എവിടെ യെങ്കിലും തെണ്ടിത്തിരിയാ... എന്നിട്ട് തോറ്റ് തുന്നം പാട്യാ ഞങ്ങള് മാഷന്മാർക്ക് കുറ്റോം.

അവനെ പുറത്തേക്ക് നടത്തിച്ച്,

എസ്.കെ. : എന്തിനാടാ നീയൊക്കെ പരീക്ഷയെഴുതി ഞങ്ങളെ

നാറ്റിക്കണേ. നിനക്കാ പഴേ പണ്യാം നല്ലത് പോ.
പുറത്തേക്ക് പിടിച്ചു തള്ളുന്നു.
അവന്റെ കൈയിൽനിന്നും ബാഗ് തെറിച്ച് വരാന്തയിൽ വീഴുമ്പോൾ,
കുപ്പി പൊട്ടുന്ന ശബ്ദം.
അമ്പരപ്പോടെ നിൽക്കുന്ന മനു.
അവിടേക്ക് വരുന്ന വിനയചന്ദ്രൻ.

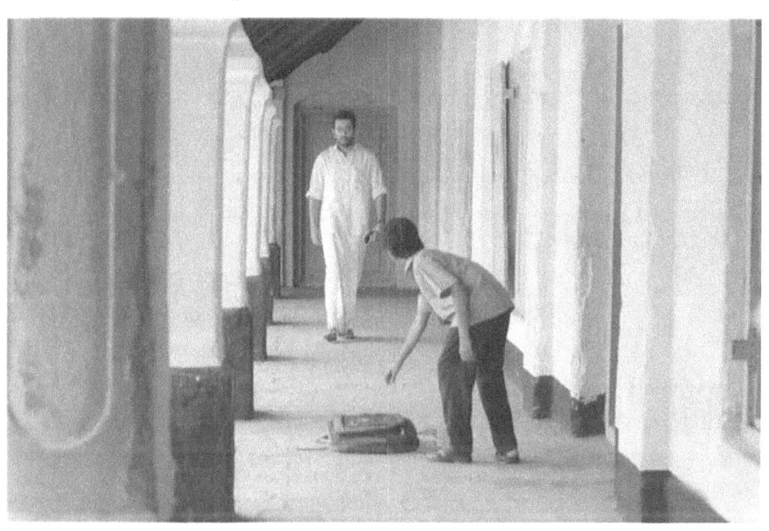

ഞെട്ടലോടെ നിൽക്കുന്ന എസ്.കെ
മനു നിലത്തേക്ക് നോക്കുമ്പോൾ ബാഗിൽനിന്നൊഴുകുന്ന ചാരായം.
മൂക്കുപൊത്തുന്ന കുട്ടികൾ.
ബാഗെടുക്കാൻ കുനിയുന്ന മനു. വിനയചന്ദ്രന്റെ കൈ മനുവിന്റെ
കവിളിൽ പതിക്കുന്നു. ചുമരിലേക്ക് വീണുപോകുന്ന മനു. ഞെട്ടിത്ത
രിച്ച് വിനയചന്ദ്രനെ നോക്കുന്ന മനു.
ഒരു കിതപ്പോടെ നടക്കുന്ന വിനയന്റെ എതിരെ വരുന്ന കുറുപ്പ്.
കുറുപ്പ് ക്ലാസ്മുറിയുടെ അടുത്തേക്ക്.

-Cut to-

സീൻ 50
വിനയന്റെ വീട്
സന്ധ്യ

ഉമ്മറത്തെ ചാരുപടിയിൽ കിടക്കുന്ന വിനയചന്ദ്രൻ. വെളിച്ചമില്ല. ആകെ അസ്വസ്ഥനാണ് വിനയൻ.

പെട്ടെന്ന് വെളിച്ചം പരക്കുന്നു. എഴുന്നേൽക്കുന്ന വിനയൻ.

വിനയൻ നോക്കുമ്പോൾ സ്വിച്ചിൽനിന്നും കൈയെടുക്കുന്ന തമ്പുരാൻ.

തമ്പുരാൻ : സങ്കടം വരുമ്പോഴും സന്തോഷം വരുമ്പോഴും കുടിക്കും. ഞങ്ങളീ വണ്ണാൻമലക്കാർ അങ്ങന്യാ.

വിനയൻ നോക്കി.

തമ്പുരാൻ : നോക്കണ്ട. ഇപ്പോ കുടിച്ചിട്ടില്ല.

വാക്കുകൾ ആർദ്രമാവുന്നു.

: തൊടങ്ങ്യാ മുന്നൂറിലും അഞ്ഞൂറിലുമൊന്നും തീരില്ല. അത്രയ്ക്ക് സന്തോഷത്തിലാ ഞാൻ. ഈ സമയത്ത് വന്ന് ബുദ്ധിമുട്ടിച്ചതിന് ക്ഷമിക്കണം.

കൈ കൂപ്പി

തമ്പുരാൻ : നന്ദി നന്ദി... നന്ദി. ഇതു പറയാൻ വന്നതാ.

സ്റ്റെപ്പിറങ്ങി പോകുമ്പോൾ വിനയൻ എഴുന്നേറ്റു.

വിനയൻ : നിക്ക്... എന്തിനാണെന്നുകൂടി പറഞ്ഞിട്ടുപോ.

തമ്പുരാൻ : ക്ഷമിക്കണം. അടിയൻ ബോധിപ്പിക്കാം. മോശപ്പെട്ട സ്ഥലത്തുള്ള മോശപ്പെട്ട സ്കൂളിലെ മോശപ്പെട്ട പിള്ളേരെ പഠിപ്പിക്കാൻ വന്നതിന് ഒന്നാമത്തെ നന്ദി. സ്കൂളിനേം മാഷന്മാരേം നേർവഴിക്ക് കൊണ്ടുവന്ന തിന് രണ്ടാമത്തെ നന്ദി. ആ തെമ്മാടിച്ചേക്കനെ സ്കൂളീന്ന് പുറത്താക്കാൻ കൂട്ടുനിന്നില്ലേ... അതിന് മൂന്നാമത്തെ നന്ദി. പിന്നൊരു വിശേഷം കൂടീണ്ട് (സ ങ്കടംനിറഞ്ഞ ചിരിയോടെ) അവൻ നാടുവിട്ടു.

ഞെട്ടലോടെ വിനയൻ

തമ്പുരാൻ : എന്നെ ആർക്കും വേണ്ട. തിരിച്ചുവരില്ല. അന്വേഷി ക്കണ്ട. എന്നൊരു കത്തും എഴുതിവെച്ചു. ഇതാ...

കത്ത് കൊടുക്കുന്നു.

: ഇതിന് നന്ദിയോ, അഭിനന്ദനമോ എന്താന്ന് വെച്ചാ മാഷ്തന്നെ തീരുമാനിച്ചോ...(തിരിഞ്ഞുനടന്നുകൊ

ണ്ട്) കൊണ്ടുനടന്നതും നീയേ ചാപ്പാ കൊണ്ടോയി
കൊല്ലിച്ചതും നീയേ ചാപ്പാ.

ഇറങ്ങിനടക്കുന്നു.

വിഷമത്തോടെ, വേദനയോടെ, വിനയൻ അവിടെനിന്നുകൊണ്ട് തിരി
ഞ്ഞുനോക്കി

തമ്പുരാൻ : അവനെ ഞാനെടുത്തോളാം, ഞാൻ വളർത്തിക്കോ
ളാം... ഞാൻ പഠിപ്പിച്ചോളാം എന്നൊക്കെ ഒരു മോഹ
ണ്ടായിരുന്നു.

ഒരുനിമിഷം കഴിഞ്ഞ്,

: കൊട്ടാരത്തിലെ പട്ട് മെത്തേന്നല്ലല്ലോ അവനെ
കൊണ്ടുവന്നത്. അഴ്ക്ക് ചാലീന്നല്ലേ. എത്ര കുളി
പ്പിച്ചാലും നാറ്റോണ്ടാവും. കുറച്ചുകാലത്തേക്ക്. അതി
നവനെ ഇങ്ങനെ ശിക്ഷിക്കണമായിരുന്നോ... വിന
യൻമാഷേ.

തമ്പുരാന്റെ അടുത്തുചെന്ന്,

വിനയൻ : തമ്പുരാൻചേട്ടാ ശിക്ഷിച്ചത് ഇപ്പോ അവനല്ലേ.
എന്നെയല്ലേ.

വിനയന്റെ കണ്ണുനിറഞ്ഞു.

അയാളുടെ കണ്ണുകളിൽ നോക്കിയപ്പോൾ തമ്പുരാന്റെ സകലദേ ഷ്യവും അലിഞ്ഞുപോയി.

-Cut to-

സീൻ 51
വിനയന്റെ വീട്
ബെഡ് റൂം – രാത്രി

കത്തുവായിക്കുന്ന വിനയൻ

മനുവിന്റെ ശബ്ദം : എന്നോടാർക്കും ഇഷ്ടോല്ല. എനിക്കും ആരോടും ഇഷ്ടോല്ല. ഇഷ്ടംന്ന് പറഞ്ഞാ...എന്താന്നു പോലും എനിക്കറീല്ല... കണ്ടിട്ട്ണ്ട്.

മനു എഴുതിയ കത്തിന്റെയും അവന്റെ മുഖത്തിന്റെയും ദൃശ്യ ങ്ങൾക്കുമേൽ

ഓവർലേപ് : അടുത്ത വീട്ടിലെ ശാരദാമ്മ ഉണ്ണിക്കുട്ടന് ചോരുരുള വായിൽ വെച്ചുകൊടുക്കുന്നത്.. എനിക്കും തരണംന്ന് വാശിപിടിച്ച് കരയുമ്പോ, വേണെങ്കി തിന്നാ മതീന്ന് അമ്മൂമ്മ പറയും. അമ്മൂമ്മയ്ക്ക് എന്നെ കണ്ടൂടാ. എന്റെ ജന്മദോഷം കൊണ്ടാ അമ്മ നാടുവിട്ടുപോ യതു പോലും. മോനേന്ന് എന്നെ ആരും വിളിച്ചിട്ടില്ല. തെറിവാക്ക് ചേർത്ത് നായീന്റെ മോനേന്നും പെറു ക്കീടെ മോനേന്നും ചിലർ വിളിക്കാറുണ്ട്. ആദ്യമാ യിട്ടൊരാൾ മാഷ് അനിയാന്ന് വിളിച്ചു. എന്നോടിഷ്ട ണ്ടെന്ന് പറഞ്ഞു. പഠിച്ചു വല്യ ആളാവണംന്ന് പറ ഞ്ഞു... ഇനിയൊരിക്കലും ചീത്ത പണിക്ക് പോകി ല്ലാന്ന് സത്യം ചെയ്യാൻ പറഞ്ഞു. അച്ഛനും അമ്മേം ദൈവോം ഒന്നും എനിക്കില്ല. അതുകൊണ്ട് ഞാൻ മാഷെ തൊട്ട് സത്യം ചെയ്തു. (വിതുമ്പുന്ന മനു) ആ മാഷും.....

വല്ലാതെ അസ്വസ്ഥനാകുന്ന വിനയചന്ദ്രൻ.

-Cut to-

സീൻ 52
ഔട്ട് ഡോർ

സ്കൂട്ടിയിൽ വരുന്ന ചാന്ദ്നി.
അവളുടെ കാഴ്ചയിൽ ദൂരെ തനിയെ ഇരിക്കുന്ന വിനയചന്ദ്രൻ.
അവന്റെ അടുത്തേക്ക് വണ്ടി നിർത്തുന്ന ചാന്ദ്നി.
മൂഡ് ഔട്ട് ആയി ഇരിക്കുന്ന വിനയചന്ദ്രൻ.

ചാന്ദ്നി : എവിടെയൊക്കെ അന്വേഷിച്ചു ഞാൻ. ഫോണാ
ണെങ്കി സ്വിച്ച്ഡോഫ്.

അടുത്തുവന്ന് വിനയനെ നോക്കി,

: എന്താ മാഷേ ഇത്? അവൻ നാടുവിട്ടുപോയത് മാഷ്
കാരണമല്ലല്ലോ.

അയാൾ മൗനം.

ചാന്ദ്നി : അല്ലെങ്കിൽത്തന്നെ വിനു എന്തു തെറ്റു ചെയ്തിട്ടാ
ഇവിടെ വന്നിരിക്കുന്നേ.

വിനയൻ : ഓർക്കുമ്പോ ഒരു കുറ്റബോധം തോന്ന്വാ ഉള്ളിൽ.
തമ്പുരാൻചേട്ടൻ പറഞ്ഞത് ശര്യാ. പട്ടുമെത്തേന്ന
ല്ലല്ലോ അഴുക്കുചാലീന്നല്ലേ അവനെ വിളിച്ചോണ്ടു
വന്നത്. പുറത്താക്കണമെന്ന് പറഞ്ഞ് എല്ലാവരും
വാശിപിടിച്ചപ്പോ കുറുപ്പുമാഷ് എന്നോടാ ചോദിച്ചത്,
എന്താ ചെയ്യേണ്ടതെന്ന്. വേണ്ടാന്ന് ഞാനൊരു
വാക്കു പറഞ്ഞാ മതിയായിരുന്നു. പക്ഷേ, ആ സമ
യത്ത് അവനോടു തോന്നിയ ദേഷ്യവും വെറുപ്പും
ഒക്കെ കൂടിയായപ്പോ ഞാൻ കൂടെ കൂട്ടുനിന്നു. ടി.സി
എഴുതി കൈയിലു വാങ്ങിക്കുമ്പോ അവൻ കരയു
കയായിരുന്നു ചന്തു... തെറ്റേതാ ശരിയേതാന്ന് പറ
ഞ്ഞുകൊടുക്കാൻപോലും ആരും ഇല്ലാത്ത കുഞ്ഞ
ല്ലേ അവൻ. അത് ഞാൻ ഓർത്തില്ല.

ആശ്വസിപ്പിക്കുന്ന

ചാന്ദ്നി : പോട്ടെ വിനൂ... സാരംല്യ. ഇനി സങ്കടപ്പെട്ടിട്ടെന്താ
കാര്യം?

വിനയൻ : സങ്കടമല്ല ചന്തു... പേടിയാണെനിക്ക്. ഒരുനിമിഷം
തോന്നിയ ദേഷ്യത്തിനുപുറത്ത് ഞാൻ തകർത്തുക
ളഞ്ഞത് ഒരു ജീവിതമാണോന്നൊരു പേടി.

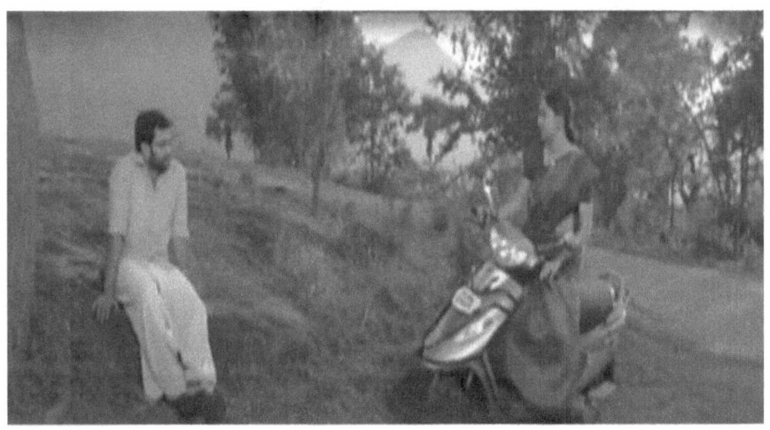

ചാന്ദ്നി : മനഃപൂര്‍വ്വമല്ലല്ലോ വിനു... നിന്റെ മനസ്സുകാണാന്‍
അവനു കഴിഞ്ഞില്ല. ഇതിന്റെ പേരില്‍ തളര്‍ന്നുപോ
വരുത്. ജീവിതത്തിലാദ്യമായി എന്തൊക്കെയോ
ആഗ്രഹിച്ചുപോയ പതിനൊന്നുകുട്ടികള്‍ വേറെയും
ഉണ്ട്. അവര്‍ക്ക് വിനയന്‍മാഷ് മാത്രേ ഉള്ളൂ.

ആ വാക്കുകള്‍ അവനില്‍ പുതിയ ഊര്‍ജ്ജം നല്‍കിയതുപോലെ.
അവന്‍ അവളെ നോക്കുന്നു.

-Cut to-

സീന്‍ 53

നിര്‍മ്മാതാവ്, നായിക, നായകന്‍, സംവിധായകന്‍ എന്നെഴുതിയ
കസേരകള്‍. മുഖത്ത് ചേരാത്ത കൂളിംഗ് ഗ്ലാസ് വെച്ച് കാലിന്മേല്‍ കാല്‍
കയറ്റിവെച്ചിരിക്കുന്ന റമിയുടെ അമ്മ.

ഇപ്പോള്‍ ചൂരിദാര്‍ വേഷം.

രമണന്റെയും ചന്ദ്രികയുടെയും വേഷത്തില്‍ വി.ഡി.സിയും റമിയും.

വി.ഡി.സി : കാനനഛായയില്‍ ആടുമേയ്ക്കാന്‍
ഞാനും വരട്ടെയോ നിന്റെ കൂടെ.

എന്നു പാടിക്കൊണ്ട് തിരയുന്ന വി.ഡി.സി
മറുഭാഗത്തുനിന്ന്

റമി : പാടില്ലാ പാടില്ലാ നമ്മെ നമ്മള്‍
പാടെ മറന്നൊന്നും ചെയ്തുകൂടാ.

രണ്ടുപേരും പരസ്പരം കൈനീട്ടുന്നു.

ക്യാമറ പാൻ ചെയ്യുന്ന ക്യാമറാമാന്റെ കാഴ്ചയിൽ ദൂരെനിന്നും ഫ്രെയിമിലേക്ക് കടന്നുവരുന്ന കുറുപ്പ്, പഞ്ചായത്ത് പ്രസിഡണ്ട്, തമ്പുരാൻ.

ക്യാമറാമാൻ   : കട്ട്...കട്ട്.

അമ്മ   : അയ്യോ... ആരാത്...? അവരെ പിടിച്ചുമാറ്റൂ.

ന്യൂ ഫൈൻഡിൽനിന്നും കണ്ണുകളെടുത്ത് ബഹളം വെക്കുന്ന ക്യാമറാമാൻ.

അവരെ പിടിച്ചുമാറ്റാൻ വരുന്ന സഹായികൾ. 'ആരാ' 'എന്താ' എന്നു പറഞ്ഞ് അവർ ശബ്ദമുണ്ടാക്കുമ്പോൾ, കുറുപ്പിന്റെ അടുത്തേക്ക് ഓടി വരുന്ന വി.ഡി.സി.

മറ്റുള്ളവരോട്   : മാറിനിൽക്ക്. ഇതെന്റെ ബോസ്സാണ്.

ക്യാമറാമാന്റെ രൂപം കണ്ട് അമ്പരപ്പോടെ അയാളെ നോക്കി വി.ഡി. സിയോട്

കുറുപ്പ്   : ഇതേതാ ഈ അവതാരം?

വി.ഡി.സി   : ഹൈദരാബാദിൽനിന്നും വന്ന ക്യാമറാമാനാ. സാറൊ
                   ന്നിങ്ങ് വന്നാട്ടെ.

മാറ്റിനിർത്തി പറയാൻ ശ്രമിക്കുന്നു.

വി.ഡി.സി   : അതേ ആ കുട്ടീടെ അമ്മ നിർബന്ധിച്ചതുകൊണ്ടാ.

കുറുപ്പ്   : കണ്ണടച്ച് കുപ്പീലാക്കാൻ നോക്കല്ലേ വി.ഡി.സി. തന്റെ
                   കിൽപ്പിത്തിരിപ്പണി, ഇനി എന്റടുത്ത് ചെലവാകില്ല.

വി.ഡി.സിക്ക് ഉത്തരം മുട്ടി,

കുറുപ്പ്   : കാനനഛായയിൽ ആടുമേച്ചു കളിക്കാനല്ല സർക്കാർ
                  നിനക്ക് ശമ്പളം തരുന്നത്.

പ്രസിഡണ്ട്   : എന്റെ മാഷേ, നാട് നന്നായി, കുട്ട്യോള് നന്നായി.
                  ഒരിക്കലും നന്നാവില്ലാന്ന് വിചാരിച്ച എസ്.കെ
                  പോലും നന്നായി.

കുറുപ്പ്   : തനിക്ക് നന്നാവണമെന്നുണ്ടോ...അതറിയാനാ പ്രസി
                  ഡണ്ടിനേം കൂട്ടി വന്നത്.

പ്രസിഡണ്ട്   : ഇല്ലെങ്കി ഞങ്ങടെ കുട്ടിസഖാക്കള് വന്ന് മാഷിനെ
                  യങ്ങ് പൊക്കും.

വി.ഡി.സി   : അയ്യോ...അതൊന്നും വേണ്ട. ഞാൻ നന്നായി.

കുറുപ്പ്   : എങ്കിലീ കുന്ത്രാണ്ടൊക്കെ അഴിച്ചുവെച്ച് വേഗം
                  വന്നേ... നാളെ നൈറ്റ് ക്ലാസ് തുടങ്ങാ.

ഇളിഭ്യച്ചിരിയോടെ വി.ഡി.സി

വി.ഡി.സി   : അല്ല മാഷേ, ഈ ഷോട്ടുകൂടി.

പ്രസിഡണ്ട്   : തനിക്ക് നന്നാവണോ.

വി.ഡി.സി   : ഞാൻ വര്വാ.

കുറുപ്പ്   : എന്നാ വാ.

ഷൂട്ടിംഗ് സംഘത്തെ നോക്കി,

വി.ഡി.സി   : പാക്കപ്പ്.

വിശ്ശുരുന്ന വി.ഡി.സി

-Cut to-

സീൻ 54

സ്കൂൾ

രാത്രി- പാചകം

സോങ്.
'നാടായാലൊരു സ്കൂള് വേണം....'
നാട്ടുകാരും സ്റ്റാഫുകളും അധ്യാപകും സ്കൂൾകുട്ടികളും ചേർന്നുള്ള
'എസ്.എസ്.എൽ.സി' നൈറ്റ് ക്ലാസ്- സമാപനദിനാഘോഷം.

-Cut to-

130

സീൻ 55
സോങ്ങ്
(END)

സ്കൂളിന് മുന്നിൽ കൂടിയിരിക്കുന്ന കുട്ടികളും അധ്യാപകരും മറ്റു ള്ളവരും. അവർക്കുമുന്നിൽ വിനയചന്ദ്രൻ

വിനയൻ : ഏതു പരീക്ഷയേയും നേരിടാനുള്ള അറിവും കഴി വും ഇപ്പോൾ നിങ്ങൾക്കുണ്ട്. വെറുമൊരു പാസ് മാർക്കാകരുത്. എല്ലാറ്റിലും എ പ്ലസ്. അതാവണം നമ്മുടെ ലക്ഷ്യം. ജീവിതത്തിൽ ഒരിക്കൽ വിജയ ത്തിന്റെ സുഖമറിഞ്ഞാൽ പിന്നീടൊരിക്കലും ഒന്നിനും തോൽക്കാൻ നിങ്ങൾ തയ്യാറാവില്ല.

എക്സൈസ് ജീപ്പ് വന്ന് നിർത്തുന്നു.

എല്ലാവരും നോക്കുന്നു.

മുൻഡോർ തുറന്ന് ഇൻസ്പെക്ടർ ഇറങ്ങുന്നു.

പിൻഭാഗത്തുകൂടി ബാഗും തൂക്കി ഇറങ്ങുന്ന മനുവിനെ കണ്ട് എല്ലാ വരും അമ്പരക്കുന്നു.

വിനയന്റെ മുഖത്ത് ടെൻഷൻ.

കുട്ടികൾ അങ്കലാപ്പോടെ നോക്കുന്നു.

അവർ രണ്ടുപേരും മുമ്പോട്ടു നടക്കുന്നു.

വിനയചന്ദ്രന്റെ അടുത്തേക്ക് നടക്കുന്ന ഇൻസ്പെക്ടർ. പുറകെ മനു. ആകാംക്ഷയോടെ നിൽക്കുന്ന വിനയചന്ദ്രൻ.

ഇൻസ്പെക്ടർ : ഈ കാക്കിക്കുപ്പായം ദേഹത്തു കേറ്യാ പിന്നെ ഫുൾടൈം ഞങ്ങൾക്ക് സംശയാ. ആരേയും ഏതു സമയത്തും ഡൗട്ടിക്കാനുള്ള (യൂണിഫോം പിടിച്ച്) ലൈസൻസും കൂടിയാണല്ലോ ഇത്. ബസ്സ്റ്റാൻ ഡിൽ അസമയത്ത് ഇവനെ കണ്ടപ്പോ പഴേ എടപാട് തുടങ്ങ്യോാന്ന് സംശയിച്ചു. (ചിരിയോടെ) അടുത്തു ചെന്നു നോക്ക്യപ്പോ കക്ഷി സ്കൂൾ ബാഗും കെട്ടി പ്പിടിച്ചിരുന്ന് കരയ്യാ.

വിനയന്റെ അടുത്തേക്ക് നീങ്ങി മനു.

മനു : ഞാൻ പരീക്ഷ എഴുതിക്കോട്ടെ മാഷേ.

ഇൻസ്പെക്ടർ : മുമ്പൊരിക്കൽ ഈ മാഷ് സ്റ്റേഷനീ വന്ന് ഇവന് വേണ്ടി എന്നോട് വക്കാലത്ത് പറഞ്ഞതാ. അന്നിവൻ

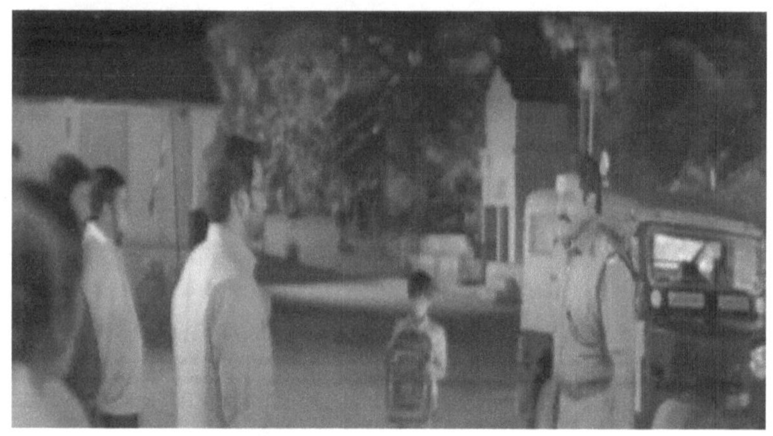

ഒരിക്കലും നന്നാവില്ലെന്ന് ഞാൻ മുദ്ര കുത്തി.
പക്ഷേ, അബദ്ധമായിപ്പോയീന്ന് ഇപ്പോ തോന്നുന്നു.
മേലപ്പീസർമാരെയേ സല്യൂട്ട് ചെയ്യാൻ പാടുള്ളു...
അത് നിയമം. പക്ഷേ, ഇന്ന് ഞാനത് തെറ്റിക്ക്യാ.
വിനയൻമാഷക്ക് എന്റെ വക ഒരു സല്യൂട്ട്.
ഇൻസ്പെക്ടർ സല്യൂട്ട് ചെയ്യുന്നു.
എല്ലാവരും കൈയടിക്കുന്നു.
തിരിഞ്ഞ് നടക്കുന്ന ഇൻസ്പെക്ടർ
എല്ലാവരുടെയും പ്രതികരണം.

-Cut to-

സീൻ 56
അലങ്കരിച്ച ക്ലാസ് മുറി

ക്ലാസ് മീറ്റിംഗ്– ഫൈനൽ ഡേ
പ്രസംഗിക്കുന്ന ബഷീറിന്റെ പിറകിലുള്ള ബ്ലാക് ബോർഡിൽ
കളർചോക്കുകൊണ്ട് 'സ്നേഹപൂർവ്വം പത്ത് എ' എന്നെഴുതിയിട്ടുണ്ട്.
വേദിയിൽ ബഷീറിനരികെ കുറുപ്പുമാഷ്. സദസ്സിൽ വിനയചന്ദ്രൻ, പവ
നൻ, എസ്.കെ, മറ്റധ്യാപകർ, കുട്ടികൾ.

ബഷീർ   : ഇപ്പോ ശരിക്കും ഞങ്ങക്കുറപ്പുണ്ട്. ഞങ്ങള്
               നന്നാവും. നല്ല നിലയിലെത്തും. ഒരുപാട് തെറ്റുകൾ
               ഞങ്ങൾ ചെയ്തിട്ടുണ്ട്. പിരിഞ്ഞുപോകുന്ന ഈ

മാണിക്യക്കല്ല്

വേളയിൽ എല്ലാറ്റിനും മാപ്പുചോദിക്കുന്നു. ഞങ്ങളെ അനുഗ്രഹിക്കണം. ഇനി സംസാരിക്കാൻ നമ്മുടെ പ്രിയങ്കരനായ ഹെഡ്മാസ്റ്റർ ശ്രീ. കുറുപ്പുമാഷിനെ സാദരം ക്ഷണിച്ചുകൊള്ളുന്നു.

കൈയടി.

കുറുപ്പുമാസ്റ്റർ എഴുന്നേൽക്കുന്നു.

-Cut to-

വരാന്ത

വരാന്തയിൽ, ടേബിളിൽ നിരത്തിവെച്ച ഗ്ലാസുകളിൽ കെറ്റിലിൽനിന്ന് ചായ ഒഴിക്കുന്ന സുധാകരൻ

പേപ്പർപ്ലേറ്റിൽ ലഡു, മിക്സ്ചർ ഇവ സെറ്റുചെയ്യുന്ന സഹായി കുഞ്ഞച്ചൻ.

സുധാകരൻ	: പത്തുപതിനാല് കൊല്ലായി ഇതുപോലൊരു പരിപാ ടിക്ക് ചായ കൊടുത്തിട്ട്. അന്നൊക്കെ ക്രിസ്തുമസ് കഴിഞ്ഞാപ്പിന്നെ പിള്ളേരുടെ വക മിഠായീം കേക്കും ഡെയ്‌ലീണ്ടാവും. എല്ലാം ഇന്നലെ കഴിഞ്ഞതുപോലെ തോന്നുവ.
കുഞ്ഞച്ചൻ	: മിഠായി തരുമ്പോഴല്ലേ സുധാകരേട്ടൻ രമണിച്ചേച്ചീടെ കൈക്കുപിടിച്ച് പുലിവാലായത്.

ചിരിയോടെ,

സുധാകരൻ	: ആ പിടി മുറുകി രമണി കഴുത്തിലായി – പിള്ളേര് മൂന്നുമായി, എടാ നീ പഞ്ചാരയിട്ടോ...
കുഞ്ഞച്ചൻ	: എന്തിന്... ലഡു തിന്നിട്ട് ചായ കുടിച്ചാൽ പോരേ.

-Cut to-

ക്ലാസ് മുറി

നിലവിളക്ക് കത്തുന്നു
ആസ്വദിച്ച് സംസാരിക്കുന്ന കുറുപ്പ്
വിനയനെ ചൂണ്ടി,

കുറുപ്പ്	: മോന്തായം വളഞ്ഞാ അറുപത്തിനാലും വളയുന്ന ഇയാള് പറഞ്ഞപ്പോ പട്ടിയുടെ വാല് കുഴലിലിട്ട്

133

നീർത്താൻ വന്ന എന്റെ മോൻ വിഷ്ണുവിനെപ്പോ
ലൊരു വിഡ്ഢി എന്നേ ഞാൻ വിചാരിച്ചുള്ളു.

വിനയനും തമ്പുരാനും പവനനും ചിരിക്കുന്നു.

കുട്ടികൾക്ക് കാര്യം പിടികിട്ടിയില്ല.

             : പക്ഷേ, ഈ ആശാൻ കുഴലില്ലാതെ വാല് മാത്രല്ല
നിങ്ങൾ വിദ്യാർത്ഥികളുടേം ഞങ്ങൾ അധ്യാപക
രുടേം നട്ടെല്ലും നിവർത്തിയെടുത്തു.

എല്ലാവരും ചിരിക്കുന്നു.

പവനൻ കൈയടിക്കുന്നു.

'അബദ്ധമായി' എന്നു തോന്നിയപ്പോൾ കൈയടി നിർത്തുന്നു.

പക്ഷേ, കുട്ടികൾ കൈയടിക്കുന്നു.

കൈയടികേട്ടു സുധാകരൻ വാതിൽക്കൽ എത്തുന്നു.

കുറുപ്പ്   : കാരസ്കരത്തിൻകുരു പാലിലിട്ടാൽ കാലാന്തരേ
കയ്പ് ശമിപ്പതുണ്ടോ... കവി പാടിയതു വെറുതെയാ.
നല്ല നാടൻ പശുവിന്റെ വെള്ളം ചേർക്കാത്ത ശുദ്ധ
മായ പാലാണെങ്കിൽ അതിൽ കരിക്കട്ടയിട്ടാൽ
പോലും വെളുക്കും. അതീ വിനയചന്ദ്രൻമാഷ് തെളി
യിച്ചു. നിങ്ങൾക്ക് എല്ലാ വിജയാശംസകളും നേർന്നു
കൊണ്ട് സ്റ്റാഫ് സെക്രട്ടറി ശ്രീധരൻമാഷെ രണ്ടു
വാക്ക് സംസാരിക്കാൻ ക്ഷണിച്ചുകൊള്ളുന്നു.

'ഞാനോ വേണ്ട' എന്നു പറയുന്ന എസ്.കെ.യെ എഴുന്നേൽപ്പിക്കുന്ന
സുന്ദരിയും പവനനും.

മടിയോടെ എഴുന്നേൽക്കുന്ന എസ്.കെ

ആകാംക്ഷയോടെ കുട്ടികൾ

കുട്ടികൾക്കു നേരെ നിന്ന്.

എസ്.കെ   : പ്രിയപ്പെട്ട കുട്ടികളേ, വല്ലാത്തൊരു കുറ്റബോധ
ത്തോടെയാണ് ഞാൻ നിങ്ങളുടെ മുമ്പിൽ നിൽക്കു
ന്നത്. കാരണം, തെറ്റുകൾ ചെയ്തത് നിങ്ങളല്ല,
ഞാനാണ്. ഞങ്ങളാണ്. എസ്.എസ്.എൽ.സി പരീ
ക്ഷയിൽ ഫസ്റ്റ്ക്ളാസോടെ പാസായ ഞാൻ തുടർന്ന്
പഠിക്കാൻ നിവൃത്തിയില്ലാതെ ചായപ്പീടികയിൽ
പൊറോട്ട അടിക്കുന്ന പണിക്കുപോയി. അവിടെ
നിന്നും എന്നെ വിളിച്ചുകൊണ്ടുപോയി കോളേജിൽ
ചേർത്തത് എന്റെ കണക്കുമാഷായിരുന്നു. അദ്ദേഹം

കാരണമാണ് ഞാനീ നിലയിലെത്തിയത്. പക്ഷേ, ഞാനൊരദ്ധ്യാപകനായപ്പോൾ എല്ലാം മറന്നു. ഈ സ്കൂളിൽ ഞാൻ വന്നിട്ട് പതിനൊന്നുകൊല്ലങ്ങളാ യി. പുതിയ പാഠ്യപദ്ധതിയെപ്പറ്റി, വിദ്യാഭ്യാസക്കച്ച വടത്തെപ്പറ്റി ലേഖനങ്ങളെഴുതി, പ്രസംഗിച്ചു. പക്ഷേ, നിങ്ങൾ കുട്ടികളുടെ ഭാവിയെപ്പറ്റി ഒരുനിമിഷം പോലും ചിന്തിച്ചില്ല. അതിന്, വിനയചന്ദ്രൻമാഷ് വേണ്ടിവന്നു. നിങ്ങളെ അനുഗ്രഹിക്കാനുള്ള യോഗ്യ തയൊന്നും എനിക്കില്ല. നിങ്ങള് നന്നാവും. നല്ല നില യിലെത്തും.

തുടർന്ന് പറയാനാവാതെ നിന്നുപോകുന്നു.
വിനയന്റെയും മറ്റും പ്രതികരണം.

-Cut to-

ക്യാമറയിലൂടെ നോക്കുന്ന ഫോട്ടോഗ്രാഫർ കണ്ണുകളെടുത്തു.

ഫോട്ടോഗ്രാഫർ : എന്തായിത്? നിങ്ങളെല്ലാവരും ഒന്ന് ചിരിക്ക്.
ഫോട്ടോവിന് പോസ് ചെയ്യുന്ന കുട്ടികൾ.
അധ്യാപകർ.

അവർ ചിരിക്കാൻ ശ്രമിക്കുന്നു.
ഫോട്ടോഗ്രാഫർ ക്ലിക്ക് ചെയ്യുന്നു.

-Cut to-

സീൻ 57
സൂര്യോദയം
വിനയന്റെ വീട്

ദൈവത്തിന്റെ ഫോട്ടോയ്ക്ക് മുമ്പിൽ പ്രാർത്ഥിക്കുന്ന മനു.
മുറിയിൽനിന്നും പുറത്തേക്ക്.
ഹാളിൽ ഇരിക്കുന്ന വിനയൻ.
അയാളുടെ മുമ്പിൽ വന്ന് കാൽതൊട്ട് വന്ദിക്കുന്ന മനു.
വിനയൻ എഴുന്നേറ്റ് സ്കൂൾ ബാഗ് എടുത്തുകൊടുക്കുന്നു.
അവൻ ഉമ്മറത്തേക്ക്.
നോക്കിനിൽക്കുന്ന വിനയൻ
-Cut to-

സീൻ 57 എ)
സോങ് ബിറ്റ്

മനു നടന്നുവരുന്നു. അവന്റെ മുഖത്ത് നിശ്ചയദാർഢ്യം
അമ്പലത്തിൽനിന്നും തൊഴുതിറങ്ങിവരുന്ന കുറുപ്പ്, ആതിര, അമ്മ

മാര്‍.

വഴിയിലൂടെ പഠിച്ചുകൊണ്ടുവരുന്ന വെളുക്കന്‍.

ചെണ്ടക്കാരന്‍ കൈയില്‍ പുസ്തകവുമായി മകനൊപ്പം.

സ്കൂള്‍ഗേറ്റില്‍ പല ഭാഗത്തുനിന്നും വരുന്ന കുട്ടികള്‍. നിശ്ചയ ദാര്‍ഢ്യം, ഉറച്ച കാല്‍വെയ്പ്പ്. ആത്മവിശ്വാസം.

-Cut to-

സീന്‍ 57 ബി
Exam montage shots
Exam

ക്ലാസ് മുറി

ക്വസ്റ്റ്യന്‍പേപ്പര്‍ കൊടുക്കുന്ന ഇന്‍വിജിലേറ്റര്‍.

എഴുതുന്ന കുട്ടികള്‍.

ഓഫീസ് – കുറുപ്പ് മാഷ് – ടെന്‍ഷന്‍.

ക്ലാസ്മുറി

എക്സാമിനര്‍

-Cut to-

സീന്‍ 57 സി
സ്കൂള്‍ പൂമുഖം

ഫൈനല്‍ എക്സാം.

അസ്വസ്ഥതയോടെ നടക്കുന്ന വിനയചന്ദ്രന്റെ അടുത്തേക്ക് ഓടിവ രുന്ന കുട്ടികള്‍.

-Cut to School gate-

ഒരു മാരുതി കാര്‍ വരുന്നു.

ഇപ്പോള്‍ വിനയചന്ദ്രന്റെ അടുത്ത് കുട്ടികള്‍ മാത്രമല്ല, എല്ലാ അധ്യാ പകരും ഉണ്ട്.

മാരുതികാര്‍ അവരുടെ അടുത്തേക്ക് വന്നുനിര്‍ത്തുന്നു. അതില്‍നി ന്നിറങ്ങുന്ന സുന്ദരിടീച്ചറും രാധാകൃഷ്ണനും. കൈ കൂപ്പിക്കൊണ്ട് രാധാ

കൃഷ്ണൻ വി.ഡി.സിയുടെയും വിനയചന്ദ്രന്റെയും അടുത്തേക്ക്.
വി.ഡി.സിയോട്,

രാധാകൃഷ്ണൻ : ഒടുവിൽ സുന്ദരിടീച്ചറുടെ പ്രോഗ്രസ് കാർഡിലും പച്ച
മഷി വീണു സാറേ...

ചമ്മുന്ന വി.ഡി.സി. ചിരിക്കുന്ന രാധാകൃഷ്ണൻ.

വി.ഡി.സി : യ്യോ അപ്പം ഞങ്ങടെ നേരമ്പോക്കൊക്കെ വീട്ടീ വന്ന്
പറയാറുണ്ടല്ലേ.

ലഡു വിതരണം ചെയ്യുന്ന സുന്ദരി.

കുറുപ്പ് : ഏതായാലും ഇവരുടെ റിസൽട്ട് വരുമ്മുമ്പേ ടീച്ചറ്
പാസായല്ലോ.

പവനൻ : ടീച്ചർക്ക് ബി വേണോ ജി വേണോ.

മനസ്സിലാവാതെ നോക്കുന്ന കുറുപ്പ്.

പവനൻ : ബോയ് വേണോ, ഗേൾ വേണോന്ന്.

എല്ലാവരും ചിരിക്കുന്നു.

സുന്ദരി ചാന്ദനിയുടെയും വിനയന്റെയും മുന്നിൽ, വിനയൻ ലഡു
എടുക്കാൻ കൈനീട്ടുമ്പോൾ, ബോക്സ് ചാന്ദനിയുടെ കൈയിൽ
കൊടുക്കുന്ന സുന്ദരി. ചാന്ദനി ലഡു എടുത്ത് വിനയചന്ദ്രന് കൊടുക്കു
മ്പോൾ കുട്ടികൾ 'ഹായ്' മുഴക്കുന്നു.

-Cut to-

സീൻ 58
പ്രസ് മീറ്റിംഗ്

അവിടേക്ക് വരുന്ന മന്ത്രി.
കസേരയിൽ വന്നിരിക്കുമ്പോൾ

പത്രക്കാർ : മിനിസ്റ്റർ ഇത്തവണ നല്ല സന്തോഷത്തിലാണല്ലോ.

മിനിസ്റ്റർ : അതേടോ സന്തോഷത്തിൽ തന്ന്യാ. കഴിഞ്ഞ മൂന്നു
കൊല്ലമായി നിങ്ങളെന്നെ മുളക് തേച്ച് എണ്ണേലിട്ട്
പൊരിക്കാറില്ലേ... ഇത്തവണ ആ എണ്ണേം മുളകും
വേയ്സ്റ്റാ.

ഒരാൾ : അതെന്താ സാർ?

മിനിസ്റ്റർ : റിസൽട്ട് പ്രഖ്യാപിക്കുന്നതിനു മുമ്പ് നമുക്കതങ്ങോട്ട്
പറയാല്ലേ കരീമേ.

കരീം   : അതേ സാർ.

  പത്രക്കാരെ നോക്കി,

മിനിസ്റ്റർ   : നിങ്ങൾ ബ്ലാക്ക് ലിസ്റ്റിൽ പെടുത്തിയ ആ സ്കൂളു
                          ണ്ടല്ലോ.. എന്റെ മണ്ഡലത്തിലെ ഞാൻ പഠിച്ച
                          എന്റെ സ്വന്തം സ്കൂൾ. വണ്ണാൻമല ഗവൺമെന്റ്
                          മോഡൽ ഹൈസ്കൂൾ. പരീക്ഷ എഴുതിയ പന്ത്രണ്ട്
                          കുട്ടികളും....

ആകാംക്ഷ നിറഞ്ഞ മുഖങ്ങൾ– അധ്യാപകർ, നാട്ടുകാർ, വിദ്യാർത്ഥി
കൾ, പത്രക്കാർ...

മിനിസ്റ്റർ   : എ പ്ലസോടുകൂടി വിജയം നേടിയിരിക്കുന്നു. അതാ
                          യത് നൂറുശതമാനം വിജയം.

കൂടിനിൽക്കുന്നവരുടെ ആഹ്ലാദാരവങ്ങൾ

-Cut to-

ത്രിസ്റ്റാർ ക്ലബ്ബ്

ടി.വിക്കു മുന്നിൽ എല്ലാവരും.

മിനിസ്റ്റർ ടി.വിയിൽ

മിനിസ്റ്റർ   : അഭിമാനത്തോടെ, ആഹ്ലാദത്തോടെ ഞാനത് പ്രഖ്യാ
                          പിക്കുകയാണ്.

കൈയടിക്കുന്ന ആളുകൾ.

പൊട്ടിച്ചിതറുന്ന മാലപ്പടക്കം.

-Cut to-

സീൻ 59
മ്യൂസിക്

പരീക്ഷയിൽ വിജയിച്ച വിദ്യാർത്ഥികൾ. നാടുമുഴുവൻ മധുരം വിത രണം ചെയ്യുന്നവർ. ബന്ധുക്കളുടെയും മാതാപിതാക്കളുടെയും സന്തോ ഷം. ആഹ്ലാദതിമർപ്പിൽ വണ്ണാൻമല.

സീൻ 60
കരിങ്കൽക്കുഴി വീട്
സദ്യ

കരിങ്കൽക്കുഴിയുടെ വീട്ടുമുറ്റത്തെ പന്തലിൽ സദ്യ കഴിക്കുന്നവർ. വിശറികൊണ്ട് വീശുന്ന പ്രസിഡണ്ട്

പ്രസിഡണ്ട് : സദ്യ വിളമ്പി വിളമ്പി കരുണേട്ടൻ ഒരു വഴ്യാക്കഖല്ലോ.

കരിങ്കൽക്കുഴി : ഇപ്പഴേല്ലേ പ്രസിഡണ്ടേ ഞാൻ ശരിയായ വഴീലെ ത്ത്യത്.

പ്രസിഡണ്ട് നോക്കി,

കരിങ്കൽക്കുഴി : മനസ്സിലായില്ലേ. .(മകളെ നോക്കി) ഇവൾ‍ടെ കല്യാ ണത്തിന് ജ്യോത്സ്യൻ ദിവസം കുറിച്ചുതന്നത് ഇന്നാ യിരുന്നു. വിനയൻമാഷ് എടപെട്ടില്ലായിരുന്നെങ്കീ നാടുമുഴുവൻ വിജയം ആഘോഷിക്കുമ്പോ എന്റെ മോള്....

പ്രസിഡണ്ട് : താലിസദ്യയെക്കാൾ കേമം ഈ വിജയസദ്യന്നാ കരുണാ. ഇച്ചിരി സാമ്പാറൊഴിച്ചേ.

കരുണൻ : സാമ്പാറല്ലേ ഒഴിച്ചിരിക്കുന്നത്.

പ്രസിഡണ്ട് : അത് വേറെ കറിയാ.

ചിരിക്കുന്ന കരിങ്കൽക്കുഴിയും ദിവ്യയും.

-Cut to-

റോഡ്

വിനയചന്ദ്രനും വിജയികളായ കുട്ടികൾക്കും 'വണ്ണാൻമല പൗരസ മിതിയുടെ സ്വീകരണത്തെക്കുറിച്ചുള്ള അനൗൺസ്മെന്റ്. ജീപ്പ് അനൗൺ സ് ചെയ്യുന്നത് ഉത്തമനാണ്.

അനൗൺസ്മെന്റ് ഡയലോഗ്

വിദ്യാർത്ഥികളുടെ ബാൻഡ് മേളത്തിൽ തുടക്കം. തുടർന്ന് സ്ത്രീക ളുടെ ശിങ്കാരിമേളം.

കൂട്ടംകൂട്ടമായെത്തുന്ന ജനങ്ങൾ.

സ്റ്റേജിലെ ടേബിളിൽ നിരത്തിവെച്ച പന്ത്രണ്ട് ട്രോഫികൾ. നടുവിൽ ഷീൽഡ്. തണ്ടോടുകൂടിയ പന്ത്രണ്ട് പനിനീർപ്പൂവുകൾ. നാലഞ്ചു ബൊക്കെ. താലത്തിൽ മടക്കിവെച്ച പൊന്നാട. ഗ്രൗണ്ടിൽ കസേരകൾ നിരത്തിയിടുന്ന ക്ലബ്ബു പ്രവർത്തകർ.

-Cut to-

റോഡ്

ഗ്രാമപഞ്ചായത്ത് ജീപ്പ്.
പ്രസിഡണ്ടും സംഘവും
ഗേയിറ്റിനടുത്തു നിൽക്കുന്ന കുറുപ്പും തമ്പുരാനും മറ്റും.

-Cut to-

ചായക്കട

ഭയങ്കരതിരക്ക്.
നിരത്തിവെച്ച ഗ്ലാസുകളിൽ ചായ ഒഴിക്കുന്ന സുധാകരൻ

സുധാകരൻ : കടുപ്പംകൂട്ടി മധുരം കുറച്ച് ആന, ചേനാന്നൊക്കെ
പറഞ്ഞാ ഞാനെന്തു ചെയ്യാനാ. എനിക്ക് രണ്ട്
കൈയല്ലേള്ളൂ.

ചായ കൊടുത്തുകൊണ്ട് നടക്കുമ്പോൾ,

സുധാകരൻ : എന്റെ ചായ തന്നെ വേണന്ന് നിർബന്ധമുള്ളോർ
നാളെ വന്നോ.

-Cut to

പൊട്ടിച്ചിരിക്കുന്ന ഉത്തമനും പ്രകാശനം. അവർക്കുമുന്നിൽ പാതി
മീശയും താടിയും വടിച്ച മുൻഷി. അവരുടെ ചിരിയിൽ പങ്കുചേരുന്നു.

-Cut to-

ഉയരുന്ന ഫ്ളക്സ്. ഉയർത്തുന്നത് വിക്ടറി കോളേജ് പ്രിൻസി
പ്പാളും സതീശനും.
ബോർഡിൽ വിനയചന്ദ്രന്റെ വലിയ ചിത്രം. 'ശ്രീ വിനയചന്ദ്രൻമാ
ഷിന് ആശംസകൾ' എന്നെഴുതിയിരിക്കുന്നു.
സ്പോൺസേർഡ് ബൈ വിക്ടറി കോളേജ്

-Cut to-

ക്ലാസ് റൂം

നൃത്തക്കാരെ മേയ്ക്കപ്പു ചെയ്യുന്ന സുന്ദരി.
വരാന്തയിലൂടെ പോകുന്ന

വി.ഡി.സി : അധികം എളകണ്ട. ഉള്ളിലൊരാൾ പ്രോഗ്രസ്സ് ചെയ്യു
ന്നുണ്ട്.

നാണത്തോടെ സുന്ദരി.

-Cut to-

ഗ്രൗണ്ട്

നമസ്കാരം പറഞ്ഞുകൊണ്ടു വരുന്ന അസീസുമാഷും, മൂന്ന് ബീവി മാരും അവരുടെ കുട്ടികളും.
അസീസ്മാഷോട്,

പവനൻ	: അല്ല മാഷേ നിങ്ങടെ ബീവിമാര് തമ്മില് കരാറായയോ മാഷേ.
അസീസ്	: അതെനിക്കറിയില്ല. പക്ഷേ, എന്റെ തലവേദന മാറി.
എസ്.കെ	: അതെന്താ.
അസീസ്	: മക്കളെ മുഴുവൻ ഈ സ്കൂളില് പഠിപ്പിക്കാന്ന് ബീവി മാര് സമ്മതിച്ചു.
പവനൻ	: അപ്പോ സ്കൂള് നിറഞ്ഞു.

-Cut to-

സ്റ്റേജ്

വി.ഡി.സി	: പ്രിയപ്പെട്ടവരേ, നമ്മുടെ നാടിന്റെ അഭിമാനമായി മാറിയ വിനയചന്ദ്രനെന്ന വിജയചന്ദ്രൻമാഷും, വിജ യികളും ആദരിക്കപ്പെടാൻ പോകുന്ന ഈ അസുല

എം.മോഹനൻ

ഭനിമിഷത്തിൽ...

-Cut to-

റോഡ്

റെഡ് ലൈറ്റ് പതിച്ച ജീപ്പിന്റെ അകമ്പടിയോടെ വരുന്ന മന്ത്രി.
മന്ത്രി ഇറങ്ങി ഗേറ്റിനടുത്തേക്ക്.
സ്വീകരിക്കുന്ന കുറുപ്പും എസ്.കെയും പഞ്ചായത്ത് പ്രസിഡണ്ടും.

പ്രസിഡണ്ട്   : ഇനിയങ്ങ് ചത്താലും വേണ്ടൂല്ല. സന്തോഷമായി
                സഖാവേ.
മന്ത്രി   : അതെന്താ എൽദോസേ അങ്ങിനെ.
പ്രസിഡണ്ട്   : ഇന്നെങ്കിലും മിനിസ്റ്റർ നേരത്തെ വന്നല്ലോ.

എല്ലാരും ചിരിക്കുമ്പോൾ വി.ഡി.സിയുടെ അനൗൺസ്മെന്റ്.
ബാന്റ് സെറ്റിന്റെ തയ്യാറെടുപ്പ്.

-Cut to-

ഗ്രൗണ്ട്

സദസ്സിൽ ഏറ്റവും മുന്നിലായി ഒരുമിച്ചിരുന്ന് സംസാരിക്കുന്ന
പന്ത്രണ്ട് കുട്ടികൾ.
സ്കൂളിന്റെ മുന്നിൽ വിഷ്ണുവും കൂട്ടുകാരും കാറിൽ വന്നിറങ്ങു
ന്നു. അവിടേക്കെത്തുന്ന കുറുപ്പുമാഷും മറ്റും.

വിഷ്ണു   : ഇതെന്റെ ഫാദർ, ഈ സ്കൂളിന്റെ ഹെഡ്മാസ്റ്റർ
കുറുപ്പ്   : ഇപ്പോഴെങ്കിലും നീ സമ്മതിച്ചല്ലോ ഞാനീ
                സ്കൂളിന്റെ ഹെഡ്മാസ്റ്ററാണെന്ന്.
കൂട്ടുകാർ   : ഞങ്ങളും കൂടിച്ചേർന്നാ ഈ സ്കൂളിന് വട്ടപൂജ്യമു
                ണ്ടാക്കിക്കൊടുത്തത്. ഞങ്ങള് വിഷ്ണുവിന്റെ കമ്പ
                നിയിലെ ലേബേഴ്സാ. ടീവില് നമ്മടെ സ്കൂളിന്റെ
                വിജയവാർത്ത കണ്ടപ്പോ ഞങ്ങള് ശരിക്കും,
                ശരിക്കും സന്തോഷമായി സാർ.

കവർ നീട്ടി,

            : സ്കൂളിന്റെ വെൽഫെയർ ഫണ്ടിലേക്ക് ഞങ്ങളെ

ല്ലാരും പിരിച്ചെടുത്ത ചെറിയൊരു തുകയാ... ഇതു വാങ്ങണം.

അഭിമാനത്തോടെ

കുറുപ്പ്   : ഇത് സ്റ്റേജില് മന്ത്രിയുടെ മുന്നീ വെച്ച് വിനയച ന്ദ്രൻമാഷിന് കൊടുത്താ മതി.

വിഷ്ണു   : എവിടെയാച്ചാ ഞങ്ങടെ ആ ഹീറോ.

മൊബൈല്ഫോണില് സംസാരിക്കുന്ന ചാന്ദ്നി. അങ്ങോട്ടെത്തുന്ന *തമ്പുരാൻ.*

തമ്പുരാൻ   : എന്തായീ എല്ലാരും ചോദിച്ചുതുടങ്ങി. മാഷെ കിട്ടിയോ?

തെല്ലൊരു നിരാശയോടെ,

ചാന്ദ്നി   : ഔട്ട് ഓഫ് റെയ്ഞ്ചാ.

പ്രസിഡണ്ട്   : ഇനി മാഷിന് ഡേറ്റ് മാറിയോ എന്തോ.

അനൗൺസ്മെന്റ്

ബാൻഡ് സെറ്റിന്റെ തയ്യാറെടുപ്പ്.

വി.ഡി.സി   : ഏതാനും നിമിഷങ്ങൾക്കുള്ളില് നമ്മുടെ പ്രിയപ്പെട്ട വിനയചന്ദ്രൻമാഷ് എത്തിച്ചേരുന്നതാണ്.

മന്ത്രിയും എസ്.കെയും സംസാരിക്കുന്ന സ്ഥലത്തേക്ക് വരുന്ന കുറുപ്പ്.

മന്ത്രി   : എന്താ മൂട് കളഞ്ഞ അണ്ണാനെപ്പോലെ. പ്രോഗ്രാം തൊടങ്ങണ്ടേ. വിനയചന്ദ്രൻമാഷെത്തീലേ.

എസ്.കെ.   : വിനയചന്ദ്രൻമാഷ് ഇതുവരെ എത്തിയില്ല.

മന്ത്രി	: എത്തിയില്ലേ?

-Cut to-

സ്റ്റേജ്

സ്റ്റേജിന്റെ പിറകിൽ വി.ഡി.എസ്, ചാന്ദ്നി

വി.ഡി.സി	: ഇപ്പത്തന്നെ സമയം വൈകി. ഇനീപ്പം എന്തു ചെയ്യും
കുറുപ്പ്	: ചടങ്ങ് തുടങ്ങാത്തതെന്താന്ന് ചോദിച്ച് ഡി.ഇ.ഒ കയറു പൊട്ടിക്ക്യാ.
ചാന്ദ്നി	: ഫോൺ ഇത്രേംനേരം റിംഗ് ചെയ്തിരുന്നു. ഇപ്പോ സ്വിച്ച് ഓഫാ.

അവിടെ ധൃതിയിലെത്തുന്ന തമ്പുരാൻ.

തമ്പുരാൻ	: മാഷ് ബസ്സിറങ്ങി വരുന്നത് കുഞ്ഞച്ചൻ കണ്ടതാ.
ചാന്ദ്നി	: (സ്വയം) പിന്നെയീ മാഷെവിടെപ്പോയി.

-Cut to-

സീൻ 62
വിനയചന്ദ്രന്റെ തറവാട്

അച്ഛന്റെ ശവകുടീരത്തിൽ വിളക്കുവെച്ച് പ്രാർത്ഥിക്കുന്ന വിനയൻ. തൊഴുതു തിരിഞ്ഞുനിൽക്കുമ്പോൾ കുറുപ്പും തമ്പുരാനും. കുറുപ്പിന്റെ ചുമലിൽ പൊന്നാട.

കുറുപ്പ്	: നാടുമുഴുവൻ മാഷിനെ അനുമോദിക്കാൻ അവിടെ കാത്തുനിൽക്കുകയാ.

ചിരിയോടെ

വിനയൻ	: എന്നെ അനുമോദിക്കേണ്ട ആൾ ഇവിടെയാണ് സാർ. ഈ നാടിന്റെ മുഴുവൻ ശാപവും ഏറ്റുവാങ്ങി എന്നെ വിട്ടുപോയ എന്റെ അച്ഛൻ. ആ ആത്മാവ് ഇപ്പോ സന്തോഷിക്കുന്നുണ്ടാവും. എനിക്കതു മതി. ഞാൻ പറഞ്ഞില്ലേ സാർ, ഒരുദിവസം മന്ത്രിയെ കൊണ്ട് പൊന്നാട അണിയിക്കുന്ന്.

കുറുപ്പ് അടുത്തുവന്ന്,

കുറുപ്പ്   : ഇതർഹിക്കുന്നത് മാഷാണ്. ഞാനല്ല.

പൊന്നാട എടുത്ത് വിനയനെ പുതപ്പിക്കുന്നു.

കൈയടിയും ആരവവും കേട്ട് തിരിഞ്ഞുനോക്കുമ്പോൾ പന്ത്രണ്ടു കുട്ടികൾ ട്രോഫികളുമായി.

വിനയചന്ദ്രന്റെ പേരെഴുതിയ ഷീൽഡ് ചാന്ദ്നി പിടിച്ചിട്ടുണ്ട്.

കൈയടിക്കുന്ന ആൾക്കൂട്ടം.

ധൃതിയിൽ വരുന്ന മന്ത്രി വിനയനോട്,

മന്ത്രി   : താനെങ്ങന്യാടോ ഇതു സാധിച്ചത്... എന്തു മാജിക്കാ
                    ത്രാൻ കാട്ട്യത്.

മന്ദസ്മിതത്തോടെ മന്ത്രിയെ നോക്കി,

വിനയൻ   : ഞാനൊരു മാജിക്കും കാണിച്ചില്ല സാർ. ഞാനിവരെ
                    സ്നേഹിച്ചു.

കുട്ടികളുടെ അടുത്തേക്ക് നടന്ന് അവരെ ചേർത്തുപിടിച്ച്,

                 : ഇവരെന്നെയും.

വിനയചന്ദ്രൻമാഷുടെ ചുറ്റും കൂടി നിൽക്കുന്ന കുട്ടികളും അധ്യാപ കരും മന്ത്രിയും മറ്റുള്ളവരും. ആ ദൃശ്യത്തിനുമേൽ തെളിയുന്ന വാചകം.

'അധ്യാപകർ മനുഷ്യത്വത്തിന്റെ പ്രതീകങ്ങളാണ്.
ജീവിതമെന്ന മഹാസംഘർഷത്തിന്റെ
നടുവിൽ ജീവിക്കുമ്പോഴും ഇവർ സമൂഹത്തിന്റെ
പ്രശ്നങ്ങൾ പരിഹരിക്കാൻ ജനങ്ങൾക്കൊപ്പമുണ്ട്.'
                                    – എം.ടി.വാസുദേവൻനായർ

End